ആൾക്കുരങ്ങിനെ ആളാക്കിയവൻ
ചാൾസ് ഡാർവിൻ

INSIGHT PUBLICA

Nadakkavu, Kozhikode, Kerala
Tel:0495–4020666
www.insightpublica.com
e-mail: insightpublica@gmail.com
Aalkkurangine Aalaakkiyavan
Charles Darwin
Author: **C M Rajan**
(Malayalam)
First Edition: February 2024

ISBN 978-93-5517-576-2
Printed and Published by
Insightinpublica Printers & Publishers Pvt. Ltd.

ലഘു ജീവചരിത്രം

ആൾക്കുരങ്ങിനെ ആളാക്കിയവൻ ചാൾസ് ഡാർവിൻ

സി. എം. രാജൻ

INSIGHT PUBLICA®

വിശ്വം പുതുക്കിവാർത്ത
വിസ്മയ മനീഷികൾ

നാളിതുവരെയുള്ള മനുഷ്യപുരോഗതിയുടെ മർമ്മസ്ഥാനം ശാസ്ത്രീയമായ അന്വേഷണങ്ങളും കണ്ടെത്തലുകളും അതിൻ ഫലമായുള്ള സാങ്കേതികവിദ്യയുടെ നിർമ്മിതിയുമാണെന്ന കാര്യത്തിൽ അധികം തർക്കങ്ങൾ ഉണ്ടാവാൻ സാധ്യതയില്ല. സാധാരണ പ്രകൃതി ജീവികളിൽ നിന്ന് മാനവിക ഭാവങ്ങളിലേയ്ക്ക് മനുഷ്യകുലത്തെ പരിവർത്തിപ്പിച്ചത് മനുഷ്യരുടെ അന്വേഷണങ്ങളും കണ്ടെത്തലുകളും തന്നെയാണ്. ഗുഹാജീവിതത്തിൽ നിന്നും കുതിച്ചുയർന്ന മനുഷ്യർ കയ്യെത്തിപ്പിടിച്ച നേട്ടങ്ങൾ ശാസ്ത്രജ്ഞാനം കൊളുത്തിവെച്ച വിജ്ഞാന വെളിച്ചമല്ലാതെ മറ്റെന്താണ്?

ശാസ്ത്രം കൊളുത്തിവെച്ച ജ്ഞാനത്തിന്റെ വെളിച്ചത്തെ ശാസ്ത്രജ്ഞരുടെ ജീവിതചിത്രണത്തിലൂടെ ആഖ്യാനം ചെയ്യുകയും ഓരോ ശാസ്ത്രജ്ഞരുടേയും ജീവിതത്തിന്റെ ഗതിവിഗതികളേയും കണ്ടെത്തലിനു പിന്നിലുള്ള കൗതുകകരമായ അനുഭവങ്ങളെയും ഈ പുസ്തകങ്ങൾ അനാവരണം ചെയ്യുന്നു.

പ്രതിഭാശാലികളായ ശാസ്ത്രജ്ഞരുടെ പ്രഭാപൂരമായ അന്വേഷണങ്ങളും കണ്ടെത്തലുകളും പുതുതലമുറകളിലേയ്ക്കു കൂടി പകരുക എന്ന ലക്ഷ്യത്തോടെയാണ് ഈ ഉദ്യമത്തിന് ഞങ്ങൾ തയ്യാറായത്.

ഈ പുസ്തകം തയ്യാറാക്കിയത് സി. എം. രാജൻ ആണ്. അദ്ദേഹത്തിന് നന്ദി. അന്ധവിശ്വാസങ്ങളുടെ മൂടുപടം പതുക്കെ പതുക്കെ നമ്മുടെ നവോത്ഥാന മൂല്യങ്ങൾക്കും പുരോഗമനാത്മക ചിന്തകൾക്കും മേലെ മറവിരിക്കുമ്പോൾ ഈ പുസ്തകം ശാസ്ത്ര വിജ്ഞാനത്തിന്റെ ഒരു കൈത്തിരിയായിരിക്കും എന്നു ഞങ്ങൾ പ്രതീക്ഷിക്കുന്നു.

സുമേഷ് ഇൻസൈറ്റ്

ദൈവത്തിനെതിരെ ഒരു മനുഷ്യൻ

പത്തൊമ്പതാം നൂറ്റാണ്ടിന്റെ തുടക്കത്തിൽ 1809-ൽ ജനിച്ച്, ആ നൂറ്റാണ്ട് ഏകദേശം അവസാനിക്കാറായപ്പോൾ 1882-ൽ മരിച്ച ഒരാളാണ് ചാൾസ് ഡാർവിൻ. ലോകം ചുറ്റിനടന്നു കാണുന്നതിൽ അദ്ദേഹത്തിന് വലിയ താല്പര്യമൊന്നുമില്ലായിരുന്നു. എങ്കിലും, അദ്ദേഹം ലോകം ചുറ്റി. അങ്ങനെ ചുറ്റിനടക്കുന്നതിനിടയിൽ അദ്ദേഹം ഗലാപഗസ്(Galapagos) എന്നൊരു ദ്വീപുസമൂഹത്തിലെത്തി. തെക്കേ അമേരിക്കയിലെ എക്വഡോർ എന്ന രാജ്യത്തിന്റെ തീരത്തുനിന്ന് ഒരു 966 കിലോമീറ്റർ (600 നാഴിക) ദൂരത്താണ് ഗലാപഗസ്. തെക്കേ അമേരിക്കയുടെ കിഴക്കൻ ഭാഗത്തുകൂടി ഒരു കപ്പലിലൂടെ സഞ്ചരിക്കുമ്പോഴാണ് ഡാർവിൻ ഈ ദ്വീപുസമൂഹത്തിൽ എത്തിപ്പെട്ടത്. യാത്രക്കിടയിൽ പാറക്കല്ലുകളും ചെടികളും ചിപ്പികളുമൊക്കെ, കുട്ടികളെപ്പോലെ, ശേഖരിക്കുന്നത് ഡാർവിനൊരു "ഹോബി" ആയിരുന്നു. ഓരോ മനുഷ്യനും എന്തെങ്കിലുമൊരു ഹോബിയുണ്ടാകുമല്ലോ.

ഗലാപഗസിലെത്തിയപ്പോൾ ഡാർവിൻ ചില പക്ഷികളെ ശേഖരിക്കുകയുണ്ടായി. ഇംഗ്ലീഷിൽ ഇവയെ ഫിഞ്ച് (Finch) എന്ന് വിളിക്കും. ഈ പക്ഷികളുടെ കൊക്കുകൾ തടിച്ചതാണ്; ചിറകുകൾ വർണ്ണശബളമാണ്. പാട്ടുപാടുന്ന ഈ പറവകൾ വിത്തുതീനികളാണ്.

ORIGIN OF SPEC
DARW
RACES OF MAN

ഫിഞ്ച്

ഡാർവിൻ നാട്ടിലേക്ക് മടങ്ങിയപ്പോൾ അദ്ദേഹത്തിന്റെ കയ്യിൽ പതിമൂന്നു ഫിഞ്ചുകൾ ഉണ്ടായിരുന്നു. അദ്ദേഹം ഇവയെ ജോൺ ഗോൾഡ് (Gould) എന്നൊരാളെ കാണിച്ചു. ഗോൾഡ് ഒരു പക്ഷിശാസ്ത്രജ്ഞനാണ്. പക്ഷിശാസ്ത്രജ്ഞൻ എന്നു പറഞ്ഞതുകൊണ്ട്, വഴിയരികിൽ തത്തയെക്കൊണ്ട് ശീട്ടെടുപ്പിക്കുന്ന ആളാണ് അദ്ദേഹമെന്ന് വിചാരിച്ചു പോകരുത്. പക്ഷികളെ ശാസ്ത്രീയമായി നിരീക്ഷിച്ച് പഠിക്കുന്ന ആളാണ്. ഇത്തരം ആൾകളെ ഇംഗ്ലീഷിൽ ഓണിത്തോളജിസ്റ്റ് (Ornithologist) എന്നാണ് വിളിക്കാറ്. ഫിഞ്ചുകളെ ഗോൾഡ് കാര്യമായ് പരിശോധിച്ചു. പരിശോധനയിൽ അത്ഭുതപ്പെടുത്തുന്ന ഒരു സംഗതി പുറത്തു വന്നു: പതിമൂന്നും ഫിഞ്ചുകൾ തന്നെ; പക്ഷേ, പതിമൂന്നും പതിമൂന്നു തരങ്ങളാണ്-ഒരേ പക്ഷിയുടെ പതിമൂന്നു വിഭിന്ന രൂപങ്ങൾ! സൂക്ഷിച്ചു നോക്കിയാലേ അവയ്ക്കിടയിലെ വൈജാത്യം മനസ്സിലാവുകയുള്ളൂ. ഗോൾഡ്, പക്ഷികളെ പഠിക്കുന്നവനായതുകൊണ്ടാകണം, വ്യത്യാസം മനസ്സിലാക്കി. പക്ഷികളിലൊന്നിന്റെ കൊക്ക് ഓടക്കുഴൽ പോലെയാണ്; അവൻ ചെറുപഴങ്ങളും പ്രാണികളും ആഹരിക്കുന്നവനാണ്. ഇനിയുമൊരുവന്റെ കൊക്ക് പാക്കുവെട്ടിപോലിരിക്കുന്നു; അവൻ കരയിലുള്ള കുരുക്കൾ തിന്നുന്നവനാണ്. പക്ഷികളെല്ലാം ഫിഞ്ചുകളാണെങ്കിലും, അവ ഒരേ തരം ഫിഞ്ചുകളല്ല.

ഡാർവിന്റെ ശ്രദ്ധയെ ഗോൾഡ് ഈ വൈജാത്യത്തിലേക്ക് ക്ഷണിച്ചു. അതു കണ്ട ഡാർവിൻ ചിന്താധീനനായി: ഇതെന്താണിങ്ങനെ? വ്യത്യസ്ത ദ്വീപുകളിൽനിന്ന് താൻ പിടികൂടിയ

കുരുവികൾക്ക് വെവ്വേറെ കൊക്കുകളോ? ഇനി, അതാത് സ്ഥലത്തുള്ള പഴങ്ങളും കുരുക്കളും കൊത്തിത്തിന്നാൻ അനു യോജ്യമായ കൊക്കുകൾ അവ വികസിപ്പിച്ചെടുത്തതാണോ? അതുവരെ ആരും വിചാരിക്കാൻ ധൈര്യപ്പെടാതിരുന്ന ഒരാശയം ഡാർവിന്റെ മനസ്സിൽക്കിടന്നു കറങ്ങി. ആശയം ലളിതമായിരുന്നു: ഈ ഫിഞ്ചുകളെല്ലാം പൊതുവായൊരു മുതുമുത്തച്ഛൻ ഫിഞ്ചിന്റെ പേരക്കിടാങ്ങളാണെങ്കിലോ?

ഡാർവിന് അങ്ങനെയൊരു ചിന്ത വരാൻ കാരണമുണ്ട്. ഭൂമിയുടെ ചരിത്രത്തെക്കുറിച്ച് പഠിക്കുന്ന ചാൾസ് ലയൽ (Lyell) എന്നൊരാൾ പറഞ്ഞ ചില കാര്യങ്ങൾ അദ്ദേഹം ഓർക്കുകയു ണ്ടായി: ഇന്നുകാണുന്ന ഭൂവിഭാഗങ്ങളൊക്കെയും (ഏഷ്യയും, ആഫ്രിക്കയും, അമേരിക്കയുമൊക്കെ) പ്രകൃതിശക്തികൾ മൂലം ശതകോടിക്കണക്കിന് വർഷങ്ങളിലൂടെ രൂപപ്പെട്ടതാണ്; ഇപ്പോ ഴുള്ള നമ്മുടെ സൗരയൂഥംപോലും ദശലക്ഷം വർഷങ്ങളിലൂടെ തണുത്തുറഞ്ഞുണ്ടായതാണ്. മരങ്ങളും മൃഗങ്ങളും പക്ഷികളുമെല്ലാം ഇതുപോലെ കാലത്തിലൂടെ പരിണമിച്ചുണ്ടായതായിക്കൂടെ?

ഭൂമിയിൽ ജീവൻ ഉണ്ടായതെങ്ങനെയെന്ന് ആളുകൾ പണ്ടേക്കുപണ്ടേ ആലോചിച്ച് വശംകെടാറുണ്ടായിരുന്നു. ഈ ആളുകളിൽ ഒരു ഭൂരിപക്ഷം ബൈബിൾക്കഥകളിൽ വിശ്വസി ക്കുന്നവരാണ്; പ്രത്യേകിച്ച് അമേരിക്കയിലും യൂറോപ്പിലുമുള്ള ആളുകൾ. ബൈബിളിലെ കഥയനുസരിച്ച് ദൈവമാണ് ഈ ലോകം സൃഷ്ടിച്ചത്; വെറും ആറ് ദിവസത്തിനുള്ളിൽ.

ഡാർവിനും ദൈവവിശ്വാസമുണ്ടായിരുന്ന ആളൊക്കെത്തന്നെ യാണ്. പക്ഷേ, ബൈബിൾക്കഥ അങ്ങനെയങ്ങ് വിശ്വസിക്കാൻ അത്ര പഞ്ചപാവമൊന്നുമായിരുന്നില്ല. കപ്പൽ സഞ്ചാരം അദ്ദേഹ ത്തെ ശരിക്കുമൊരു ശാസ്ത്രജ്ഞനാക്കിയിരുന്നു. ഒരു ശാസ്ത്രജ്ഞന് അത്യാവശ്യം വേണ്ട ഗുണങ്ങൾ എന്തൊക്കെയാണ്? നിരീക്ഷ ണപാടവം; എന്തിനെയും ചോദ്യം ചെയ്യാനുള്ള ധൈര്യം; ക്രിയാ ത്മകമായ സംശയശീലം; മറ്റുള്ളവർ ചിന്തിക്കാത്ത രീതിയിൽ

ദൈവം (ചിത്രകാരന്മാരുടെ കല്പനയിൽ)

ചിന്തിക്കാനുള്ള പ്രവണത. കപ്പൽയാത്രയ്ക്ക് മുമ്പും പിമ്പും ഡാർവിന് ഈ സ്വഭാവങ്ങളൊക്കെ ഉണ്ടായിരുന്നു.

കപ്പൽ യാത്രയോടെ ഡാർവിന് ഒരു കാര്യം മനസ്സിലായി. ജീവജാലങ്ങളുണ്ടാകുന്നത് ദൈവം അവയെ സൃഷ്ടിക്കുന്നതു കൊണ്ടല്ല. ഒരു മരത്തിന്റെ ശാഖകളെപ്പോലെ, അല്ലെങ്കിൽ, ഒരു പുഴയിൽനിന്നു പുറപ്പെടുന്ന അരുവികളെപ്പോലെ, അവ ഉണ്ടാവുകയാണ്. തുടക്കത്തിൽ ഒരു തായ്ത്തടി ഉണ്ടായിരുന്നിരിക്കണം. പിന്നീട്, അതിൽനിന്ന് ശാഖകളും ഉപശാഖകളും കിളിർത്തു വന്നിരിക്കണം. അങ്ങനെയാകണം ഇന്നീക്കാണുന്ന ജീവജാലങ്ങളെല്ലാം ഉണ്ടായത്.

ദൈവമല്ല സൃഷ്ടിക്ക് കാരണമെന്ന് പറയുന്നത് ദൈവനിന്ദയാണെന്ന് ഡാർവിന് അറിയാമായിരുന്നു. ബൈബിളിൽ സൃഷ്ടിയുടെ കേന്ദ്രം ദൈവമാണല്ലോ. ഡാർവിന്റെ ഫിഞ്ചുകൾ, പക്ഷേ, ദൈവത്തിന്റെ ഭാവനാസൃഷ്ടിയല്ല. അവ പൂർവ്വികനായൊരു ഫിഞ്ചിൽനിന്ന്, കാലാന്തരത്തിലൂടെ മാറ്റങ്ങളുണ്ടായി ശാഖോപശാഖകളായ് വന്നവരാണ്.

തന്റെ നിരീക്ഷണങ്ങളുടെ ഫലമായി ഡാർവിൻ ഒരു സിദ്ധാന്തം മുന്നോട്ടു വെച്ചു: പരിണാമ സിദ്ധാന്തം. ഏതെങ്കിലുമൊരു കാര്യത്തെ വിശദീകരിക്കുവാൻ ഉദ്ദേശിച്ചുകൊണ്ടുള്ള ഒരാശയവ്യവസ്ഥയെയാണ് നമ്മൾ സിദ്ധാന്തം എന്നു വിളിക്കുന്നത്. ഡാർവിന്റെ ലക്ഷ്യം ജീവജാലങ്ങളുണ്ടാകുന്നതെങ്ങനെയെന്ന് വിശദീകരിക്കുകയായിരുന്നു. അതു വിശദീകരിക്കുവാനുള്ള അദ്ദേഹത്തിന്റെ ആശയ(ചിന്താ) പദ്ധതിയെയാണ് ഡാർവിൻ "പരിണാമ സിദ്ധാന്തം" എന്നു വിളിച്ചത്.

ജീവനെന്ന മഹാമരം

കാലം കടന്നുപോകുമ്പോൾ ജീവികളിലുണ്ടാകുന്ന മാറ്റത്തെയാണ് പരിണാമം(evolution)എന്നതുകൊണ്ട് ഡാർവിൻ ഉദ്ദേശിച്ചത്. ഓരോ ജീവവംശവും അതിനു മുമ്പുള്ള ജീവികളിൽനിന്ന് പരിണമിച്ചുണ്ടായതാണെന്ന് അദ്ദേഹം വാദിച്ചു. ആദ്യത്തെ ജീവികൾ ശതകോടി വർഷങ്ങൾക്കു മുമ്പുണ്ടായി. അവ കാലാന്തരത്തിൽ പരിണമിച്ച് ഇന്നു കാണുന്ന ദശലക്ഷക്കണക്കിന് ജീവവംശങ്ങളായി മാറി.

എന്തുകൊണ്ടാണ് ജീവികളിൽ ഈ മാറ്റമുണ്ടാകുന്നത്? ചെടികളുടെയും ജന്തുക്കളുടെയും കുഞ്ഞുങ്ങൾക്ക് അച്ഛനമ്മമാരുടെ ലക്ഷണങ്ങൾ പാരമ്പര്യമായ് ലഭിക്കുമെന്ന് നമ്മൾക്കറിയാം. പക്ഷേ, എല്ലാ ലക്ഷണങ്ങളും അതേപോലെ കുഞ്ഞുങ്ങൾക്ക് കിട്ടണമെന്നില്ല. അവയിൽ ചിലതിന് മാറ്റങ്ങൾ വന്നേക്കാം-കുഞ്ഞുങ്ങളെ കൂടുതൽക്കാലം ജീവിക്കാൻ സഹായിക്കുന്ന ചില മാറ്റങ്ങൾ. ഈ മാറ്റങ്ങൾ ഈ കുഞ്ഞുങ്ങളുടെ കുഞ്ഞുങ്ങൾക്ക് പകർന്നു കിട്ടും. ഈ മാറ്റം പകർന്നു കിട്ടാത്ത കുഞ്ഞുങ്ങൾ അധികകാലം വാഴില്ല. അവയ്ക്ക് ക്രമേണ വംശനാശം സംഭവിച്ചേക്കാം. "പ്രകൃതി നിർദ്ധാരണം" (natural selection), അല്ലെങ്കിൽ, "അർഹിക്കുന്നവരുടെ അതിജീവനം" (survival of the fittest) എന്നാണ് സാങ്കേതികമായ് ഈ പ്രക്രിയയെ വിളിക്കുന്നത്.

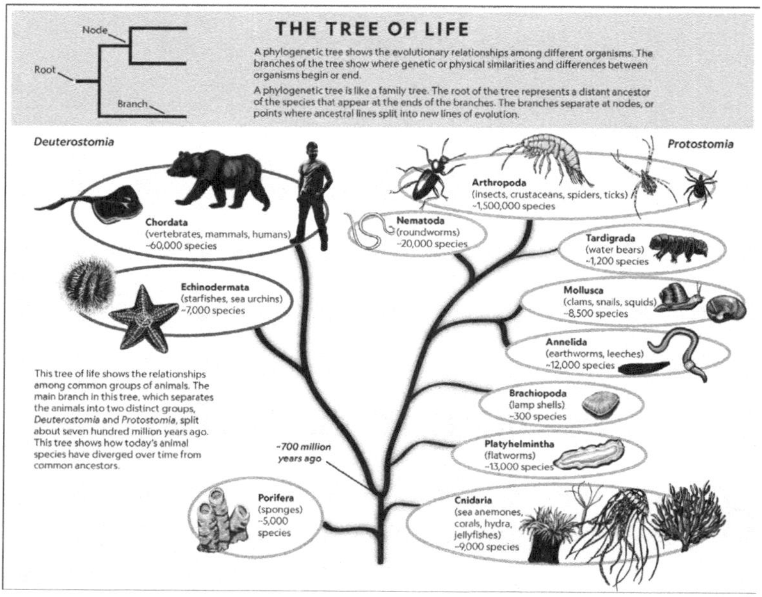

മാതാപിതാക്കളിൽനിന്ന് ശിശുക്കളിലേക്കും, ആ ശിശുക്കളിൽ നിന്ന് അവയുടെ ശിശുക്കളിലേക്കും പരിണാമം/മാറ്റം സഞ്ചരിക്കുമ്പോൾ എന്തു സംഭവിക്കും? സ്വാഭാവികമായും, ജീവികളുടെ രൂപങ്ങൾ മാറും. ആദിജീവിയെപ്പോലിരിക്കില്ല അന്ത്യജീവിയുടെ രൂപം. മാത്രമല്ല, ആദിരൂപത്തിനും അന്ത്യരൂപത്തിനുമിടയിൽ മാറ്റങ്ങൾ ഉൾക്കൊണ്ട നിരവധി രൂപങ്ങൾ വേറെയുമുണ്ടാകും.

ശാഖോപശാഖകളായി ജീവികൾ ഇങ്ങനെ പിരിഞ്ഞുപോകുന്നതു കണ്ട ഡാർവിൻ ജീവനെ ഒരു മരമായി സങ്കൽപ്പിച്ചു-ജീവന്റെ ഒരു മഹാമരം. ആ ജീവവൃക്ഷത്തിന്റെ താഴത്തെ കൊമ്പുകളിൽ ആദിമജീവികളിരിക്കുന്നു. അടുത്തടുത്ത കൊമ്പുകളിൽ പരസ്പരബന്ധം കൂടുതലുള്ള ജീവജാലങ്ങളാണുള്ളത്. അവയ്ക്ക് പരിണാമമുണ്ടാകുമ്പോൾ ആ ശാഖയിൽനിന്ന് മറ്റൊരു (ഉപ) ശാഖയുണ്ടാകുന്നു. അങ്ങനെ ബന്ധങ്ങളുടെ ഒരു മഹാവൃക്ഷമായ് ജീവൻ തുടരുന്നു.

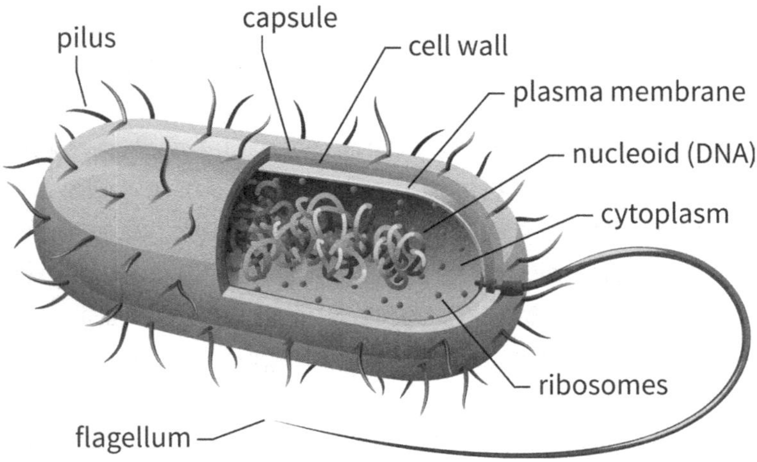

ആർക്കിയ

നമുക്ക് നമ്മുടെ അച്ഛനമ്മമാരോടാണ് അടുത്ത ബന്ധം. അവർക്കോ, അവരുടെ അച്ഛനമ്മമാരോടും. ആ അച്ഛനമ്മമാർക്കോ? അവരുടെ അച്ഛനമ്മമാരോടല്ലേ അടുത്ത ബന്ധം? അങ്ങനെയങ്ങനെ ഒന്നു പിറകോട്ടു പോയിനോക്കൂ. പിറകിലേക്ക്, പിറകിലേക്ക് പോയാൽ നമ്മുടെ ആദിപൂർവ്വികൻ ആരായിരിക്കും? അതെ, അത് ഈ ഭൂമിയിലെ എല്ലാ ചെടികളുടെയും ജന്തുക്കളുടെയും പിതാമഹൻ (മാതാമഹി) ആയിരിക്കും. ശതകോടി വർഷങ്ങൾക്കു മുമ്പുള്ള ഒരു ജീവരൂപത്തിൽനിന്നാണ് നമ്മളെല്ലാം ഉണ്ടായിരിക്കുന്നത്-പ്രകൃതിനിർദ്ധാരണത്തിലൂടെയുള്ള പരിണാമത്തിലൂടെ. വിശ്വസിക്കാൻ പ്രയാസമായിരിക്കും, അല്ലേ? ഇന്നും പലർക്കും ഇതു വിശ്വാസമായിട്ടില്ലെന്നത് ഒരത്ഭുതമാണ്-തെളിവുകളുണ്ടായിട്ടുകൂടി.

ആരായിരിക്കും നമ്മുടെ ആദിമാതാവ്/പിതാവ് (ആദിജീവികളിൽ ആണും പെണ്ണുമില്ലെന്ന് അറിയാമല്ലോ)? സൂര്യനിൽനിന്ന് വേർപെട്ടു വന്നവളാണ് ഭൂമിയെന്ന് നമുക്കറിയാം; വേർപെട്ടുവെങ്കിലും, ഭൂമി സൂര്യനെ വലംവെക്കുന്നത് വിട്ടില്ലെന്നുമറിയാം. ഇങ്ങനെ പ്രദക്ഷിണം ചെയ്യുന്നതിനിടയിൽ ഭൂമി തണുത്തുതുടങ്ങി;

തണുത്തു കുറേക്കഴിഞ്ഞപ്പോൾ ഭൂമിയിൽ ജലാശയങ്ങളുണ്ടായി. അവയിലൊരു ജലാശയത്തിൽ ഇടിമിന്നൽ വീണു. ഈ ജലാശയം ഒരു കുളമായിരുന്നിരിക്കണം; അല്ലെങ്കിൽ, ആഴക്കടലിലെ ഉഷ്ണജലമുള്ള ഒരു മേഖലയായിരിക്കാം. അതേക്കുറിച്ച് ആർക്കും വലിയ പിടിയില്ല. എന്തായാലും, ആ ജലാശയത്തിലൊരു ഇടിമിന്നൽ വീണു; ജലത്തിലുണ്ടായിരുന്ന രാസദ്രവ്യങ്ങളെ മിന്നൽ ഇളക്കിവിട്ടു. അവയിൽനിന്നാണ് ആദിജീവികളുടെ ആവിർഭാവം-ഏകകോശങ്ങളായ ആദിജീവികൾ. അവയെ ജീവികൾ എന്ന് വിളിക്കാൻ കാരണമുണ്ട്. അവ നിർജീവവസ്തുക്കളെപ്പോലെയല്ല. അവയ്ക്ക് അവയെപ്പോലുള്ളവയെ, അതായത്, അവയുടെ കോപ്പികളെ (പകർപ്പുകളെ) ഉണ്ടാക്കാൻ പറ്റും. കടുത്ത ചൂടും കടുത്ത തണുപ്പുമുള്ള സ്ഥലങ്ങളിൽ ഇന്ന് നമുക്ക് കാണാവുന്ന "ആർക്കിയ" (archaea – archaeon- ആർക്കിയോൺ എന്ന് ഏകവചനം) എന്ന ഏകകോശജീവികളോട് അടുത്തുനിൽക്കുന്നവയാണ് ഇവ. നമ്മുടെ കുടലുകളിലും കാണാവുന്ന ആർക്കിയ ഏകകോശജീവിയാണെങ്കിലും അതിനൊരു കോശകേന്ദ്രം (nucleus) ഇല്ലെന്നു കൂടി ഓർക്കണം.

ആർക്കിയോണിനെപ്പോലുള്ള ഒരു ഏകകോശജീവിയാണ് നമ്മുടെ ആദിമാതാവ്-നാന്നൂറുകോടി വർഷങ്ങൾക്കു മുമ്പുണ്ടായ നമ്മുടെ മുതുമുതുമുതു മുത്തശ്ശി.

ഒന്നു മുതൽ ഇന്നു വരെ

ആദിമാതാവിനുശേഷം വന്നവരാണ് ബാക്ടീരിയ (bacteria-bacterium-ബാക്റ്റീരിയം ഏകവചനം). ഇവയും, ആർക്കിയയെപ്പോലെ, കോശകേന്ദ്രമില്ലാത്ത ഏകകോശജീവികൾ തന്നെ. പക്ഷേ, ഒരു വ്യത്യാസമുണ്ട്. മക്കളെല്ലാം അച്ഛനമ്മമാരെപ്പോലെ ഒരേ പടിയായിരിക്കില്ലല്ലോ. അവരിൽ ചെറിയ, ചെറിയ മാറ്റങ്ങൾ ഉണ്ടാകുമല്ലോ. ബാക്ടീരിയയിൽ ചിലതിന് സ്വന്തമായ് ഭക്ഷണമുണ്ടാക്കാനുള്ള സാമർത്ഥ്യമുണ്ട്. അതിന് വെള്ളവും അംഗാരാമ്ലവാതകവും (CO_2-കാർബൺ ഡയോക്സൈഡ്) വെയിലുമുണ്ടായാൽ മതി. ഇങ്ങനെ ഭക്ഷണമുണ്ടാക്കുന്നതിനെ പ്രകാശസംശ്ലേഷണം (photosynthesis) എന്നാണ് പേരിട്ടിരിക്കുന്നതെന്ന് നമുക്കറിയാമല്ലോ. ഈ പ്രക്രിയയുടെ മാലിന്യമാണ് ഓക്സിജൻ. ബാക്ടീരിയക്ക് ഓക്സിജൻ മാലിന്യമായിരിക്കും. നമുക്ക് അത്, പക്ഷേ, പ്രാണവായുവാണ്. കോവിഡു കാലത്ത് പ്രാണവായു കിട്ടാതെ ചിലരൊക്കെ മരിച്ചുപോയത് കേട്ടിട്ടുണ്ടാകുമല്ലോ? പ്രാണവായുവില്ലാതെ നമുക്ക് നിൽക്കക്കള്ളി കിട്ടില്ല. ചില ബാക്ടീരിയ, ഭക്ഷണമുണ്ടാക്കുമ്പോൾ, നമുക്കത് വിട്ടുതരുന്നു-മാലിന്യമായി. ഒരു 3. 5 ബില്യൺ (ഒരു ബില്യൺ ഒരു നൂറുകോടിയാണെന്ന് പറയാം) വർഷങ്ങൾക്കു

മുമ്പാണ് ബാക്ടീരിയ നമ്മുടെ അന്തരീക്ഷത്തിലിങ്ങനെ ഓക്സിജൻ തള്ളിവിടാൻ തുടങ്ങിയത്.

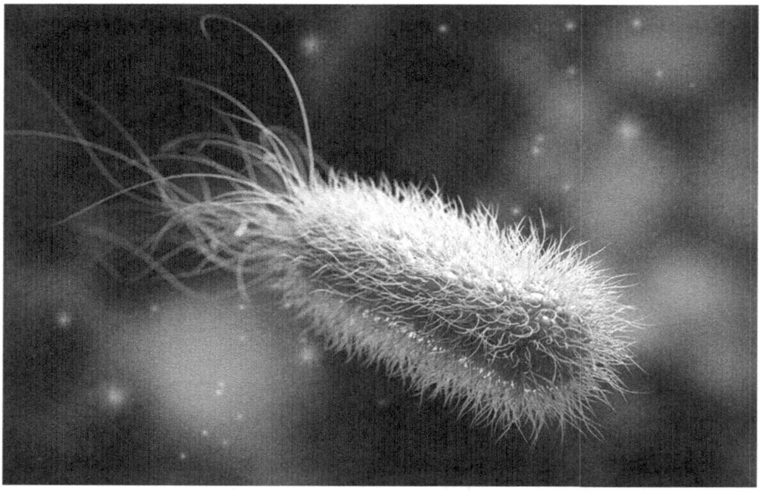

ബാക്ടീരിയ

ബാക്ടീരിയയിൽനിന്ന് വ്യത്യസ്തമായി കോശകേന്ദ്രങ്ങളുള്ള ചില ജീവികളും ഇക്കാലത്തുണ്ടായി. കണ്ടാൽ ചിലപ്പോളിവ ജീവികളെപ്പോലിരിക്കും; മറ്റുചിലപ്പോൾ ചെടികളെപ്പോലെയും. എന്നാൽ, ഇവ ജന്തുക്കളുമല്ല, ചെടികളുമല്ല, എന്തിന്, കൂണുകൾ പോലുമല്ല. ഇവയെ ഏതു ഗണത്തിൽ പെടുത്തണമെന്നറിയാതെ ശാസ്ത്രജ്ഞന്മാർ കുഴങ്ങി. ഒടുവിൽ, എല്ലാറ്റിനും കൂടി ഒരു പേരിട്ടു-പ്രോട്ടിസ്റ്റുകൾ (protists). അമീബ, പാരമീസിയം, പൂപ്പൽപോലുള്ള ചില കൂണുകൾ തുടങ്ങിയവ പ്രോട്ടിസ്റ്റുകളാണ്.

ഭൂമി ഒരു കാലത്ത് വല്ലാതെ തണുത്തുറഞ്ഞ് ഒരു ഹിമഗോളമായി-ഒരെഴുനൂറ് മില്യൺ (ഒരു മില്യൺ ഒരു ദശലക്ഷമാണ്) കൊല്ലങ്ങൾക്ക് മുമ്പ്. മഞ്ഞുരുകാൻ തുടങ്ങിയപ്പോൾ, ഭീമൻ ഹിമക്കട്ടകൾ ഭൂമിയിലെ പാറകളെ തകർത്തുതരിപ്പണമാക്കിക്കൊണ്ട് കടലുകളിലേക്ക് ഒഴുക്കിക്കൊണ്ടുപോയി. വളക്കൂറുള്ള പാറകൾ കടലുകളിലെ ആൽഗകൾക്ക് സമൃദ്ധമായ് വളരാനുള്ള

സാഹചര്യമൊരുക്കി. ഏകകോശജീവികൾക്ക് പിന്നാലെ വന്ന ബഹുകോശജീവികൾക്ക് ആൽഗകൾ ആഹാരമായിത്തീർന്നു.

ആൽഗകളാണ് ഹരിതസസ്യങ്ങളുടെ പൂർവ്വികർ. ഹരിതസസ്യങ്ങളുടെ വരവോടെ കാടുകൾ ഉടലെടുത്തു. അന്തരീക്ഷത്തിൽ അന്ന് ധാരാളം അംഗാരാമ്ലവാതകമുണ്ടായിരുന്നു. അത് ഭൂമിയെ വല്ലാതെ ചുട്ടുപൊള്ളിച്ചു. സസ്യങ്ങൾ അതൊക്കെ വലിച്ചു കുടിച്ചു. അതോടെ, ഭൂമി മെല്ലെ തണുത്തു തുടങ്ങി.

ചെടികൾക്കൊപ്പം പലതരത്തിലുള്ള പുല്ലുകളും ഭൂമിയിൽ പ്രത്യക്ഷപ്പെട്ടുതുടങ്ങി. ഇക്കാലത്ത് നമ്മൾ കൃഷി ചെയ്യുന്നവയിൽ ഭൂരിഭാഗവും ആ പുല്ലുകളുടെ പിൻഗാമികളാണ്.

പുല്ലുകൾ

ചെടികൾക്കും പുല്ലുകൾക്കും പിന്നാലെ ജീവികളുമെത്തിത്തുടങ്ങി. ആദ്യജീവികൾ 600 മില്യൺ വർഷങ്ങൾക്ക് മുമ്പാണ് പ്രത്യക്ഷപ്പെട്ടതെന്നാണ് പറയപ്പെടുന്നത്. അവ ആദ്യം പിറന്നത് കടലിലാണ്; പിന്നെ, കരയിലും. പലതരം പുഴുക്കൾ, കുന്തലുകൾ, കാലില്ലാത്തവ, കാലുള്ളവ, തോടുകളുള്ളവ, ഇഴയുന്നവ, നീന്തുന്നവ, ഓടുന്നവ, നൂലുണ്ടാക്കുന്നവ-അങ്ങനെ നാനാജാതി

ജന്തുക്കൾ. മീനുകൾ ഇവയെ പിന്തുടർന്നു വന്നവരാണ്. അവയുടെ വരവോടെ നട്ടെല്ലുള്ള ജന്തുക്കൾ ആവിർഭവിക്കുവാനാരംഭിച്ചു. മീനുകൾക്ക് ശേഷം ഉരഗങ്ങളുടെ പുറപ്പാടായി. ഉരഗങ്ങൾ പെരുകിപ്പെരുകി ഭൂമിമുഴുവൻ ഭരിക്കാനും തുടങ്ങി. അക്കാലത്തെ ജുറാസിക് (Jurassic) യുഗം എന്നു പറയാറുണ്ട്. അന്ന് കര വാണിരുന്ന ഭീമൻ ഉരഗങ്ങളാണ് ദൈനസോറുകൾ (dinosaurs). കടൽ അടക്കി ഭരിച്ചത് ഇക്തിയോസോറുകൾ (ichthyosaurs) ആയിരുന്നു. ആകാശമാകട്ടെ, ടെറസോറുകൾ (pterosaurs) അടക്കിവാണു.

ദൈനസോർ

ഉരഗങ്ങൾ പരിണമിച്ച് സസ്തനങ്ങളുണ്ടായി. ദൈനസോറുകൾക്കൊപ്പം വളർന്നുവന്ന ഇവയെ മുലയൂട്ടുന്നതുകൊണ്ടാണ് സസ്തനികൾ എന്നു വിളിക്കുന്നത്. സ്തനമെന്നത് മുലയ്ക്കുള്ള മറ്റൊരു വാക്കാണല്ലോ. ഇവയിൽ ചില പുരാതന സസ്തനികൾ പക്ഷികളെപ്പോലെ മുട്ടിയിടുന്നവയാണ്. ചിലയിനം സസ്തനികൾ സഞ്ചിമൃഗങ്ങളാണ്. അവ സ്വന്തം കുഞ്ഞുങ്ങളെ ഉദരത്തിലെ സഞ്ചിയിലേറ്റി നടക്കും. കങ്കാരുവെ (kangaroo -കാംഗരൂ) ക്കുറിച്ച് കേട്ടിട്ടുണ്ടല്ലോ.

സസ്തനികൾ ആവിർഭവിച്ചതോടെ ഭൂമിയുടെ മുഖച്ഛായ മാറാൻ തുടങ്ങി. പലതരത്തിലുള്ള സ്വഭാവക്കാരാണ് ഈ മൃഗങ്ങൾ - തൃണഭുക്കുകൾ, ഫലഭുക്കുകൾ, ശലഭഭുക്കുകൾ, മത്സ്യഭുക്കുകൾ, ഉറുമ്പുതീനികൾ, പറവതീനികൾ, സസ്യഭുക്കുകൾ, മാംസഭുക്കുകൾ, പിന്നെ, മനുഷ്യരെപ്പോലുള്ള സർവ്വഭുക്കുകളും.

ജീവ(പരിണാമ)വൃക്ഷത്തിന്റെ ഏറ്റവും മുകളിലത്തെ ശാഖയിലുള്ളവരാണ് ആൾക്കുരങ്ങന്മാർ-വാലില്ലാത്ത പഹയന്മാർ; വലിയ തലച്ചോറുള്ളവർ-ഗിബ്ബണുകൾ, ഒറാങ്ഒട്ടാനുകൾ, ചിമ്പാൻസികൾ, പിന്നെ മനുഷ്യരും.

ആൾക്കുരങ്ങുകളിൽപ്പെട്ട മനുഷ്യജന്തുക്കൾക്ക് ഉപകരണങ്ങളുണ്ടാക്കാൻ കഴിയും; തീകൊണ്ട് പാചകം ചെയ്യാൻ പറ്റും; വീടുണ്ടാക്കാനാകും; വ്യാപാരം ചെയ്യാൻ കഴിയും. ഇവർക്ക് വാമൊഴിയും വരമൊഴിയുമുണ്ട്; കലാരൂപങ്ങളുണ്ടാക്കാനുള്ള വാസനയുണ്ട്. നമ്മൾ ഇന്നു കാണുന്ന മനുഷ്യർ 315,000 കൊല്ലങ്ങൾക്ക് മുമ്പ് ആഫ്രിക്കയിലെവിടെയോ ആണ് പരിണമിച്ചു പിറന്നത്.

ആൾക്കുരങ്ങന്മാർ

ജീവ (പരിണാമ)വൃക്ഷം വളർന്നുകൊണ്ടേയിരിപ്പാണ്. പുതുപുത്തൻ ചെടികളും ജന്തുക്കളും കാലത്തിലൂടെ പരിണമിച്ചു പിറന്നു കൊണ്ടേയിരിക്കുന്നു- അതോടൊപ്പം, പരിണാമപഠനവും. പരിണാമപഠനത്തിലെ പുതിയ ആശയങ്ങൾ ഡാർവിന് ആഹ്ളാദം പകരാതിരിക്കില്ല. പഠനം തുടങ്ങിവെച്ചത് ഡാർവിനായിരുന്നല്ലോ.

പ്രകൃതിയെ പ്രേമിച്ച വികൃതി

മനുഷ്യൻ ഒരാൾക്കുരങ്ങാണെന്ന് കേൾക്കുമ്പോൾ നെറ്റിചുളിക്കുന്നവർ ഇക്കാലത്തുമുണ്ടാകും. അപ്പോൾ, ഡാർവിന്റെ കാലത്തെ കാര്യം പറയേണ്ടല്ലോ. അക്കാലത്ത് മിക്കവരും മനുഷ്യനെ ദൈവം നേരിട്ട് സൃഷ്ടിച്ചതാണെന്ന വിശ്വാസത്തിലായിരുന്നല്ലോ. അന്ന് ഓക്സ്ഫോർഡിലെ ബിഷപ്പായിരുന്ന വിൽബർഫോഴ്സ് ഡാർവിന്റെ സുഹൃത്തായിരുന്ന തോമസ് ഹക്സ്ലിയോട് പരിഹാസത്തോടെ ഒരു ചോദ്യം ചോദിച്ചു:

"താങ്കളുടെ മുത്തച്ഛന്റെ പൂർവ്വികനാണോ, അതോ മുത്തശ്ശിയുടെ പൂർവ്വികനാണോ ആൾക്കുരങ്ങ്?"

ഹക്സ്ലി അതിന് അതേ നാണയത്തിൽ തിരിച്ചടിച്ചു:

"എന്റെ പൂർവ്വികന്റെ കാര്യമാണ് താങ്കൾക്കറിയേണ്ടതെങ്കിൽ, താങ്കളേക്കാൾ ഒരാൾക്കുരങ്ങ് പൂർവ്വികനാകുന്നതാണ് എനിക്കിഷ്ടം."

ഈശ്വരന്റെ അവതാരമല്ല, ആൾക്കുരങ്ങിന്റെ അവതാരമാണ് മനുഷ്യനെന്ന് പറഞ്ഞാൽ പലരും വിശ്വസിക്കില്ലെന്ന് മാത്രമല്ല, പലർക്കും ദേഷ്യമുണ്ടാവുകയും ചെയ്യും. അതുകൊണ്ടാണല്ലോ, അമേരിക്കപോലുള്ള രാജ്യങ്ങളിൽ പല വിദ്യാലയങ്ങളിലും ഡാർവിന്റെ സിദ്ധാന്തം പഠിപ്പിക്കാതായത്. നമ്മുടെ രാജ്യത്തും

ഡാർവിനും സഹോദരിയും

പലർക്കും ഡാർവിൻ സ്വീകാര്യനല്ല. നമ്മുടെ അന്ധവിശ്വാസ ങ്ങൾക്കും മുൻവിധികൾക്കും പിൻബലം നൽകാത്തവരെ നമുക്ക് പിടിക്കില്ലല്ലോ. എങ്കിലും, ശാസ്ത്രീയമായ തെളിവുകളോടെ ഒരാൾ കാര്യങ്ങൾ നിരത്തുമ്പോൾ അവ പരിഗണിക്കാതെ അയാളെ അവഗണിക്കുന്നത് ശാസ്ത്രീയ ബോധമില്ലായ്മയാണ്. ഡാർവിൻ ആരെയെങ്കിലും ചൊടിപ്പിക്കാൻ വേണ്ടിയല്ല തന്റെ സിദ്ധാന്ത ങ്ങൾ പ്രകാശിപ്പിച്ചത്. താൻ നിരീക്ഷിച്ച കാര്യങ്ങളുടെ സത്യാവ സ്ഥ ബോദ്ധ്യപ്പെട്ടപ്പോൾ ലോകത്തെ അതറിയിച്ചുവെന്നേയുള്ളൂ.

ആരായിരുന്നു ഡാർവിൻ? അദ്ദേഹം ഒരു മഹാപ്രതിഭയായി രുന്നുവോ? മറ്റുള്ളവർ അദ്ദേഹത്തെ അങ്ങനെ കരുതിയെങ്കിലും, അദ്ദേഹം തന്നെയൊരു പ്രതിഭയായ് പരിഗണിച്ചിരുന്നില്ല. ഒരു സാധാരണ ശാസ്ത്രജ്ഞനാണ് താനെന്നേ അദ്ദേഹം സ്വയം കരു തിയുള്ളൂ. സമചതുര സുകുമാരമുഖമുണ്ടായിരുന്ന അദ്ദേഹത്തിന് ചീനപ്പിഞ്ഞാണത്തിന്റെ നിറമായിരുന്നു. മുഖം അച്ഛനിൽനിന്ന് കിട്ടിയതാണ്; നിറം അമ്മയിൽനിന്ന് പകർന്നതും.

"ഗിരി" (The Mount)

കുട്ടിക്കാലം

ചാൾസ് റോബർട്ട് ഡാർവിൻ എന്നാണ് ഡാർവിന്റെ മുഴുവൻ പേര്. ജനനം 1809-ഫെബ്രുവരി പന്ത്രണ്ടിന്; സ്ഥലം ഇംഗ്ലണ്ടിലെ ഷ്രൂസ്ബറിയെന്ന കൊച്ചു നാട്ടിൻപുറം. ഒരു സമ്പന്ന കുടുംബത്തിലാണ് ഡാർവിൻ പിറന്നത്-സെവേൺ നദിക്കരയിലെ "ഗിരി (The Mount)" എന്നു പേരുള്ള ഒരു വലിയ വീട്ടിൽ. അച്ഛൻ, റോബർട്ട് ഡാർവിൻ, എല്ലാവരും ബഹുമാനിക്കുന്ന തിരക്കുള്ള ഡോക്ടർ; അമ്മ, സൂസന്ന വെജ്വുഡ്, ഒരു കളിമൺഫാക്ടറി ഉടമയുടെ മകളും. അമ്മയെക്കുറിച്ച് ഡാർവിന് കൂടുതൽ ഓർമ്മകളൊന്നുമില്ല. ഡാർവിന് എട്ടു വയസ്സാകും മുമ്പേ അവർ മരിച്ചുപോയി. അവന്റെ സഹോദരിമാരാകട്ടെ, അമ്മയുടെ മരണശേഷം, അവരെക്കുറിച്ച് അവനോടൊന്നും മിണ്ടിയില്ല. അമ്മയുടെ മരണം ഓർക്കാൻ അവർക്ക് അത്രയ്ക്ക് പ്രയാസമായിരുന്നു. മരിച്ചുപോയ പ്രിയപ്പെട്ടവരെ ഓർക്കുന്നത് കരളു പിളർക്കുന്ന വേദനയുണ്ടാക്കുമല്ലോ.

മൂത്ത ചേച്ചി, കരോളിൻ ഡാർവിനെ കൊച്ചിലേ പഠിപ്പിക്കാൻ ശ്രമിച്ചു. പക്ഷേ, ആ ശ്രമം അത്രയ്ക്കങ്ങ് വിജയിച്ചില്ല. ആരെങ്കിലും ഇരുത്തി പഠിപ്പിക്കുന്നത് നമ്മളിൽ പലർക്കും ഇഷ്ടമില്ലാത്ത

സംഗതിയാണല്ലോ. കുട്ടി ഡാർവിന് ഇഷ്ടം, വീട്ടിലും ചുറ്റുവട്ടത്തെ കുറ്റിക്കാട്ടിലും അലഞ്ഞു തിരിയാനായിരുന്നു. വീട്ടിലെ പൂന്തോട്ട ത്തിലും അവൻ ഏറെ സമയം ചെലവഴിച്ചു. അവൻ അനിയത്തി കാതറീനെപ്പോലെയല്ല. കാതറീൻ കുത്തിയിരുന്നു പഠിക്കും. ഡാർവിനോ, അവൻ വികൃതിയാണ്-പറഞ്ഞാൽ കേൾക്കാ ത്തവൻ.

ഷ്രൂസ്ബറി സ്കൂളിലേക്ക് പോകുന്നതിനു മുമ്പ് തന്നെ ഡാർവിന് പ്രകൃതിയിൽ രസം പിടിച്ചിരുന്നു. അവൻ മരം കേറും; പക്ഷികളെ നിരീക്ഷിക്കും; സവാരി പോകും; പുഴക്കരയിലിരുന്നു മീൻ പിടിക്കും. വസ്തുക്കൾ ശേഖരിക്കാൻ അവന് പ്രത്യേകിച്ചൊരു താൽപര്യമുണ്ടാ യിരുന്നു. കല്ലുകൾ, മുട്ടകൾ, നാണയങ്ങൾ, ധാതുക്കൾ, ചിപ്പികൾ ഒക്കെയും അവൻ ശേഖരിക്കും. മുട്ടകൾ ശേഖരിക്കുമ്പോൾ ഒരു കൂട്ടിൽനിന്ന് ഒരു മുട്ടയേ അവനെടുക്കുള്ളൂ. അവന്റെയീ ശേഖരണ പ്രവണത വീട്ടുകാർക്ക് ഒരത്ഭുതമായിരുന്നു. കാരണം, കുടുംബ ത്തിൽ മറ്റാർക്കും ആ സ്വഭാവമില്ലല്ലോ. മാതാപിതാക്കളുടെ ലക്ഷ ണങ്ങളും സ്വഭാവങ്ങളും കുഞ്ഞുങ്ങളിലേക്ക് പകരുമെങ്കിലും ചില വ്യത്യാസങ്ങൾ ഉണ്ടാകുമെന്ന് നമ്മൾ കണ്ടതല്ലേ? അപ്പോൾ, ഡാർവിന്റെ ഈ താൽപര്യം അത്ഭുതമുണ്ടാക്കേണ്ടതില്ല.

നട്ടാൽ മുളക്കാത്ത കെട്ടുകഥകൾ മെനയുവാനും ഡാർവിൻ കുട്ടിക്കാലത്ത് മിടുക്കനായിരുന്നു. വ്യത്യസ്ത നിറമുള്ള വെള്ളം ചെടികൾക്കു കൊടുത്താൽ വ്യത്യസ്ത നിറമുള്ള പൂക്കൾ കിട്ടുമെന്ന് അവനൊരു ചങ്ങാതിയോട് പറയുകയുണ്ടായി. പിന്നീടൊരിക്കൽ, അവൻ അച്ഛൻ വളർത്തിയിരുന്ന ഒരു മരത്തിലെ വിലപിടിപ്പുള്ള പഴങ്ങൾ ഒരിടത്തൊളിപ്പിച്ചുവെച്ചു; അതിനുശേഷം, താൻ പഴങ്ങ ളുടെ ഒരു രഹസ്യശേഖരം കണ്ടുപിടിച്ചെന്ന് എല്ലാവരോടും ഓടി ച്ചെന്നു പറഞ്ഞു.

അടുക്കളത്തോട്ടത്തിലെ പഴങ്ങൾ കട്ടുതിന്നുന്നത് ഡാർവിൻ പതിവാക്കിയിരുന്നു. പഴത്തോട്ടത്തിലെ ആപ്പിളുകൾ കട്ട് മറ്റുകുട്ടികൾക്കും അയലത്തെ ചെറുപ്രായക്കാർക്കും കൊടുക്കു ന്നതും അവന്റെ ഒരു ശീലമായിരുന്നു. കട്ടതിനുശേഷം അവൻ

അവർക്കരികിലേക്ക് മരണപ്പാച്ചിൽ പാഞ്ഞു വരുമ്പോൾ അവർ പറയും:

"എത്ര വേഗത്തിലാടേ നീയോടുന്നത്! എന്തൊരു സ്പീഡ്!"

അത് അവർ അവനെ സോപ്പിടാൻ പറയുന്നതാണെന്ന് അന്ന് ഡാർവിന് മനസ്സിലായിരുന്നില്ല.

വികൃതിയായിരുന്നെങ്കിലും, കുട്ടി ഡാർവിൻ മനുഷ്യത്വമില്ലാത്തവനായിരുന്നില്ല. മുട്ടകൾ ശേഖരിക്കുമ്പോൾ, ഒരു കൂട്ടിൽനിന്ന് ഒരു മുട്ട മാത്രമെടുക്കുന്നത് ആ സ്വഭാവത്തിന് ഉദാഹരണമാണല്ലോ. പുഴുക്കളുടെ മേൽ തുപ്പിയാൽ അവ ചത്തുപോകുമെന്ന് കേട്ടതിനു ശേഷം, കുട്ടി ഡാർവിൻ പുഴുക്കളുടെ മേൽ തുപ്പാറില്ലായിരുന്നു. ജീവികളോടുള്ള സ്നേഹം ചെറുപ്പത്തിലേ കലശലായിരുന്നുവെന്നതിന് കൂടുതൽ തെളിവെന്തിന്, അല്ലേ? ഒരിക്കൽ ഒരു നായക്കുഞ്ഞിനെ തല്ലേണ്ടിവന്നതോർത്ത് ഡാർവിൻ ഒരുപാടുകാലം വേദനിച്ചിട്ടുണ്ട്. സഹജീവികളോടുള്ള അനുകമ്പ ഇളംപ്രായത്തിലെ ആ ഹൃദയത്തിൽ ഉണ്ടായിരുന്നു.

വിദ്യാലയത്തിലെ "ശരാശരി" ബാലൻ

ചാൾസിന് ഒമ്പത് വയസ്സായി. സ്കൂളിൽ താമസിച്ച പഠിക്കേണ്ട പ്രായം. അന്ന് പല കുട്ടികളും സ്കൂളിൽ താമസിച്ച പഠിക്കുമായിരുന്നു. നമുക്കിക്കാലത്ത് ബോഡിംഗ് സ്കൂളുകളില്ലേ, അതു പോലൊരു സംവിധാനം. ചാൾസിന്റെ സ്കൂൾ വീടിനടുത്തായിരുന്നു-ഷ്രൂസ്ബറി സ്കൂൾ. അവന് അവിടെ താമസിക്കുന്നത് അത്ര ഇഷ്ടപ്പെട്ടൊന്നുമില്ല-പ്രത്യേകിച്ച് രാത്രി ഡോർമിറ്ററിയിൽ കിടന്നുറങ്ങുന്ന കാര്യം. ചിലപ്പോഴൊക്കെ, വൈകുന്നേരങ്ങളിൽ, അവൻ വീട്ടിലേക്ക് ഒളിച്ചോടും. വീട് അടുത്താണല്ലോ. ചേട്ടൻ ഇറാസ്മസിനെയും, വളർത്തുനായ സ്പാർക്കിനെയും കാണാനാണീ ഓട്ടം. രാത്രി സ്കൂൾ ഗേറ്റ് അടക്കുന്നതിനുമുമ്പ് തിരിച്ചെത്താൻ അവന് നന്നായി ഓടേണ്ടി വരുമായിരുന്നു. അതൊരു പ്രശ്നമായില്ല. അവന് നല്ല സ്പീഡാണല്ലോ. അക്കാര്യത്തിൽ മറ്റുള്ളവർ അവനെ, പണ്ടേ, അഭിനന്ദിച്ചതാണല്ലോ.

സ്കൂളിലെ പഠിപ്പിലും കാര്യമായ വിശേഷങ്ങളൊന്നുമുണ്ടായിരുന്നില്ല-കുറച്ച ഭൂമിശാസ്ത്രം, കുറച്ച ചരിത്രം. ഭാഷ പഠിക്കുന്നതിലും ചാൾസ് കേമനായിരുന്നില്ല. തലേദിവസം പഠിപ്പിച്ചത് മനഃപാഠമാക്കേണ്ടി വരുന്നത് വല്ലാത്ത കഷ്ടമായിരുന്നു. ഒരു പദ്യം

മനഃപാഠമാക്കിയെന്നിരിക്കട്ടെ. രണ്ടേരണ്ടു ദിവസത്തിനുള്ളിൽ ചാൾസ് അത് മറന്നു പോകും. ഹോറേയ്സിന്റെ കവിതകൾ, പക്ഷേ, ചാൾസിന് വളരെ ഇഷ്ടമായിരുന്നു.

ഷ്രൂസ്ബറി സ്കൂൾ

സ്കൂൾ വിടുമ്പോൾ ചാൾസ് ഒരു "ശരാശരി" വിദ്യാർത്ഥിയായിരുന്നു. അങ്ങനെയാണ് അവന്റെ അദ്ധ്യാപകർ പറഞ്ഞത്. അച്ഛനും അതേ അഭിപ്രായമായിരുന്നു. അതിൽ അദ്ദേഹത്തിന് നീരസമുണ്ടായിരുന്നു. ചാൾസിനോട് അദ്ദേഹം ആ നീരസം തുറന്ന് പ്രകടിപ്പിക്കുകയും ചെയ്തു:

"നായാട്ടും, നായയും, എലി പിടിക്കലുമാണ് നിനക്ക് താൽപ്പര്യം. നീ നിനക്കുമാത്രമല്ല, കുടുംബത്തിനൊന്നാകെ നാണക്കേട് വരുത്തിവെക്കും."

അച്ഛൻ അങ്ങനെ പറഞ്ഞതിൽ ചാൾസിന് വിരോധമൊന്നും തോന്നിയില്ല. സംഗതിയിൽ അൽപ്പം സത്യമുണ്ടല്ലോ? സത്യം അംഗീകരിക്കണമല്ലോ?

അച്ഛനെക്കുറിച്ച് ചാൾസിന് നല്ല ഓർമ്മകളേയുള്ളൂ. അച്ഛന്റെ സ്വഭാവത്തിലെ രണ്ടു സവിശേഷതകൾ ചാൾസിൽ എന്നും പച്ചപിടിച്ചു നിന്നു: നിരീക്ഷണ പാടവവും, മറ്റുള്ളവരോടുള്ള

റോബർട്ട് ഡാർവിൻ

സഹാനുഭൂതിയും. മറ്റുള്ളവരുടെ സങ്കടത്തിൽ പങ്കുചേരുന്നതിൽ മാത്രമായിരുന്നില്ല അദ്ദേഹത്തിന്റെ സഹാനുഭൂതി; അവരുടെ സന്തോഷത്തിൽ പങ്കുകൊള്ളുന്നതിലും കൂടിയായിരുന്നു. മറ്റുള്ള വർക്ക് സന്തോഷമുണ്ടാകാൻ വേണ്ടി അദ്ദേഹം അങ്ങേയറ്റം വരെ പോകുമായിരുന്നു. സാമ്പത്തിക വിഷമത്തിലായവരെ കൈയയച്ച് സഹായിക്കാൻ അദ്ദേഹം ഒരു മടിയും കാട്ടിയില്ല. ഇതുകൊണ്ടൊ ക്കെയാകാം അദ്ദേഹം ഒരു ഡോക്ടറെന്ന നിലയിൽ ഒരു മഹാ വിജയമായത്. രസകരമെന്നു പറയട്ടെ, അദ്ദേഹം തുടക്കത്തിൽ തന്റെ ജോലി വെറുത്തിരുന്നു. അദ്ദേഹത്തിന്റെ അച്ഛന്റെ അഭീഷ്ട പ്രകാരം മാത്രമാണ് അദ്ദേഹം ആ ജോലി സ്വീകരിച്ചത്-വേറൊരു നിവർത്തിയില്ലാത്തതിനാൽ. മരിക്കും വരെ, ഓപ്പറേഷൻ (ശസ്ത്ര ക്രിയ)എന്നു കേട്ടാൽ അദ്ദേഹത്തിന് ഓക്കാനം വരുമായിരുന്നു.; ചോര കണ്ടാൽ തലചുറ്റുമായിരുന്നു. ചാൾസിനും, പിന്നീട്, ഇതേ പ്രവണതയുണ്ടായി-അച്ഛനിൽനിന്ന് മകനിലേക്ക് പാരമ്പര്യമായ് പകർന്ന ലക്ഷണം.

അച്ഛനിൽനിന്ന് ചാൾസിന് ബുദ്ധിപരമായ യാതൊന്നും പകർന്നുകിട്ടിയില്ല. പക്ഷേ, അദ്ദേഹം കുട്ടികൾക്കെല്ലാം സ്വഭാവത്തിന്റെ മേഖലയിൽ മാതൃക ആയിരുന്നു. അദ്ദേഹത്തിന്റെ ഒരു ശാശ്വത നിയമം ചാൾസ് എപ്പോഴും ഓർക്കും:

"നമുക്ക് ബഹുമാനിക്കാൻ പറ്റാത്തവരെ നമ്മുടെ ചങ്ങാതിമാരാക്കരുത്."-ചാൾസിന് അനുസരിക്കാൻ പ്രയാസമായിരുന്ന നിയമം.

ചേട്ടൻ ഇറാസ്മസും ചാൾസിന് പ്രിയപ്പെട്ടവനായിരുന്നു. അച്ഛനെപ്പോലെ അവനും ഹൃദയത്തിൽ കരുണയുള്ളവനായിരുന്നു. അവൻ ഒരുപാട് വായിക്കും; ചാൾസിനെയും വായിക്കാൻ പ്രോത്സാഹിപ്പിക്കും. എന്നാൽ, ഇറാസ്മസിന്റെ അഭിരുചികൾ ചാൾസിന്റേതിൽ നിന്ന് വളരെ ഭിന്നമായിരുന്നു. ഫ്രാൻസിസ് ഗാൾട്ടൺ പറഞ്ഞതുപോലെ,

"വിദ്യാഭ്യാസവും പരിതസ്ഥിതിയും ഒരാളുടെ മനസ്സിനെ രൂപപ്പെടുത്തുന്നതിന് ഒരു പരിധിയുണ്ട്; ഒരാളിലെ മിക്ക ഗുണസവിശേഷതകളും പൊതുവേ സഹജമാണ്."

ചേട്ടനെപ്പോലെ, ചാൾസിന്റെ സഹോദരിമാരും സ്നേഹസമ്പന്നരായിരുന്നു. പൊതുവേ, ചാൾസിന്റെ കുടുംബം ഊഷ്മളമായ അന്തരീക്ഷമുള്ളതായിരുന്നുവെന്നു വേണം പറയാൻ.

സ്കൂൾ ഇഷ്ടമായിരുന്നില്ലെങ്കിലും ചാൾസിന് വായിക്കാൻ ഇഷ്ടമായിരുന്നു. അവന് യൂക്ലിഡിന്റെ ക്ഷേത്രഗണിതം "അടിപൊളി" യായിത്തോന്നി-അതുപോലെതന്നെ, ഷേക്സ്പിയറിന്റെ ചരിത്രനാടകങ്ങളും, ബൈറൺ, സ്കോട്ട് എന്നിവരുടെ കവിതകളും. അവയിലെ പ്രകൃതിവർണ്ണനകൾ ചാൾസിന് ഹൃദയഹാരിയായി തോന്നാറുണ്ടായിരുന്നു. ഇവരെയൊന്നും വായിക്കാൻ സമയമില്ലല്ലോ എന്നോർത്ത്, പിൽക്കാലത്ത്, ഡാർവിൻ ഖേദിച്ചിട്ടുണ്ട്.

എമ്മ ഡാർവിൻ

ഡോക്ടർ പാതിരിയായ കഥ

ഒരിക്കൽ സ്കൂളിലെ ഒരു സഹപാഠിയുടെ കയ്യിൽ ചാൾസ് ഒരു പുസ്തകം കണ്ടു: "ലോകാത്ഭുതങ്ങൾ"(Wonders of the World). അതവൻ കടം വാങ്ങി വായിക്കുകയുണ്ടായി. വിദൂരദേശങ്ങളിലേക്ക് യാത്ര പോകാൻ അതൊരു പ്രേരണയായി. ലോകം ചുറ്റാൻ താല്പര്യമില്ലാത്തവനെങ്കിലും, ലോകാത്ഭുതങ്ങളിലെ ചിലത് കാണാൻ അവന് കൗതുകമുണ്ടായി. പിൽക്കാലത്ത് "ബീഗിൾ" എന്ന കപ്പലിൽ യാത്ര ചെയ്യാൻ ഭാഗ്യമുണ്ടായപ്പോൾ ആ സ്വപ്നം സാക്ഷാത്കരിക്കപ്പെട്ടു.

കുട്ടിക്കാലത്ത് ചാൾസ് വായിച്ച പുസ്തകങ്ങളിൽ വൈറ്റിന്റെ "സെൽബോൺ"(Selborne) എന്ന പുസ്തകവും പെടും. അത് പക്ഷികളെപ്പറ്റിയുള്ള ഒരു പുസ്തകമാണ്. അതു വായിച്ചതോടെ പക്ഷികളുടെ ഭാവഹാവാദികൾ നിരീക്ഷിക്കുന്നതിൽ ചാൾസ് ആനന്ദം കണ്ടെത്തി. എല്ലാവരും ഓണിത്തോളജിസ്റ്റുകൾ ആകാത്തതെന്തുകൊണ്ടാണെന്ന് പലപ്പോഴും അവൻ വിസ്മയിച്ചിട്ടുണ്ട്. അതേസമയം, അവൻ ചെറുപ്രാണികളെ ശേഖരിക്കാനും തുടങ്ങിയിരുന്നു. ശേഖരിക്കുന്നതിനുവേണ്ടി പ്രാണികളെ കൊല്ലുന്നത് ശരിയല്ലെന്ന് ചേച്ചി പറഞ്ഞതുകൊണ്ട്, ചത്തുപോയ പുഴുക്കളെയും ശലഭങ്ങളെയുമാണ് അവൻ ശേഖരിച്ചത്.

ഇക്കാലത്ത് ചേട്ടൻ ഇറാസ്മസ് പൂന്തോട്ടത്തിലെ പണിപ്പുരയിൽ സ്വന്തമായൊരു രസതന്ത്ര പരീക്ഷണശാല പണിഞ്ഞു. അയാളുടെ പരീക്ഷണങ്ങളിൽ ചാൾസ് സഹായിയായി മാറി. ആ ലാബിൽ ചേട്ടനും അനിയനും കുറേ വാതകങ്ങൾ ഉണ്ടാക്കിയെടുത്തു. ശാസ്ത്രത്തിലുള്ള പ്രായോഗികജ്ഞാനം ചാൾസിന് ആദ്യമായ് കിട്ടുന്നത് ഈ ലാബിലൂടെയാണ്. ഇങ്ങനെയൊരു ലാബുള്ള കാര്യം മറ്റു കുട്ടികൾക്കിടയിൽ ചോർന്നെത്തിയതോടെ, ചാൾസിനെ അവർ "ഗ്യാസ്" എന്ന കുസൃതിപ്പേരിട്ടു വിളിക്കാൻ തുടങ്ങി. ക്രമേണ, ഹെഡ്മാസ്റ്റർ മിസ്റ്റർ ബട്‌ലറും ലാബിന്റെ കാര്യമറിഞ്ഞു. അദ്ദേഹം ചാൾസിനെ പരസ്യമായി ശകാരിച്ചു. അവനെ "Poco Curante" (ഒരു വകയ്ക്കും കൊള്ളാത്തവൻ) എന്ന് വിളിച്ചു. ആ വിളിച്ചതിന്റെ അർത്ഥമെന്തെന്ന് ചാൾസിന് പിടികിട്ടിയില്ല. അതുകൊണ്ടവന് വലിയ വിഷമമൊന്നും തോന്നിയില്ല.

മക്കളെ ഡോക്ടർമാരാക്കാനാണ് ചാൾസിന്റെ അച്ഛൻ ഇഷ്ടപ്പെട്ടത്. ഒരു ഡോക്ടർക്ക് തന്റെ മക്കളും ഡോക്ടറാകുന്നതായിരിക്കുമല്ലോ ഇഷ്ടം. അങ്ങനെയാണ് ഇറാസ്മസും ചാൾസും സ്കോട്‌ലണ്ടിലെ എഡിൻബർഗ് സ്കൂളിലെത്തിയത്. അന്ന് ചാൾസിന് പതിനാറ് വയസ്സാണ്. ഒന്നോ രണ്ടോ ശസ്ത്രക്രിയകൾ കണ്ടതോടെ ചാൾസിന് വൈദ്യപഠനം മതിയായി. എങ്കിലും, അച്ഛൻ വിഷമിക്കരുതെന്നോർത്ത് അവൻ പഠനം നിർത്തിയില്ല.

ചാൾസ് ഡാർവിന്റെ കാലത്തെ സർജറി ഇക്കാലത്തെപ്പോലെയല്ല. ഡാർവിൻ പറയുന്നു:

"രണ്ടേരണ്ട് ശസ്ത്രക്രിയകളേ ഞാൻ കണ്ടുള്ളൂ. അവയിലൊന്ന് ഒരു കുട്ടിയുടേതായിരുന്നു. ശസ്ത്രക്രിയ പൂർത്തിയാകുന്നതിനു മുമ്പ് ഞാൻ സ്ഥലം കാലിയാക്കി - ആ കൊല്ലം മുഴുവൻ അതെന്നെ വേട്ടയാടി."

അന്നൊക്കെ അനസ്തീഷ്യ ഇല്ലാതെയാണ് സർജറി നടത്താറ്. വേദനസംഹാരികളും ഇല്ലായിരുന്നു. നൂറ്റാണ്ടുകളോളമായി ഡോക്ടർമാർ വേദന മരവിപ്പിക്കാനുള്ള സൂത്രങ്ങൾ

പാതിരി ഡാർവിൻ

തേടുന്നുണ്ടായിരുന്നു. ചിലരൊക്കെ മദ്യം ഉപയോഗിച്ചു; മറ്റു ചിലർ അവീൻ പോലുള്ള മയക്കമരുന്നുകൾ പ്രയോഗിച്ചു; ഇനിയും ചിലർ സർജറിക്ക് മുമ്പ് രോഗിയെ അടിച്ചു ബോധം കെടുത്തും. പക്ഷേ, ഇതൊന്നും അത്ര ഫലപ്രദമായിരുന്നില്ല. 1844-ൽ ഒരമേരിക്കക്കാരൻ ദന്തവൈദ്യൻ, ഹോറെയ്സ് വെൽസ് 'നൈട്രസ് ഓക്സൈഡ്' പല്ലുപൊരിക്കുമ്പോഴുള്ള വേദനയില്ലാതാക്കുമെന്ന് മനസ്സിലാക്കി. 1846-ൽ ഒരു സർജൻ രോഗിയിൽ 'സൾഫ്യൂരിക് ഈഥർ' പ്രയോഗിച്ചുനോക്കി. രോഗിയുടെ താടിയിലുണ്ടായിരുന്ന മുഴ മുറിച്ചു മാറ്റിയപ്പോൾ, അത്ഭുതം! അയാൾ വേദന അറിഞ്ഞതേയില്ല. അതോടെ, ചികൽസയുടെ പുതിയൊരു ലോകം പിറന്നു.

ഒഴിവുകാലത്ത് വീട്ടിൽ വരുമ്പോൾ ചാൾസ് അച്ഛനോട് തനിക്ക് വൈദ്യപഠനം ഇഷ്ടമല്ലെന്ന് പറയാൻ മടിച്ചു. അച്ഛന് മുഖം കൊടുക്കാതിരിക്കാൻ അവൻ നായാട്ടും കുതിരസവാരിയുമായ് സമയം കഴിച്ചു. വൈദ്യപാഠശാലയിൽ രണ്ടു വർഷം കഴിച്ചുകൂട്ടിയപ്പോൾ, തനിക്ക് ഡോക്ടറാകേണ്ടെന്ന് അച്ഛനോട് പറയാൻ ചാൾസ് തീരുമാനിച്ചു. പക്ഷേ, അതിനുമുമ്പേ അച്ഛൻ കാര്യം മണത്തറിഞ്ഞിരുന്നു. ഒരു പക്ഷേ, സഹോദരിമാർ സംഗതി

എഡിൻബർഗ് സ്കൂൾ

ചെവിയിലെത്തിച്ചതാകാം. ചാൾസ് ഒരു നായാട്ടുകാരനായ് മാറിയേക്കുമോ എന്നൊരാശങ്ക അച്ഛനുണ്ടായിരുന്നിരിക്കണം. അദ്ദേഹം ചാൾസിനോട് പറഞ്ഞു:

"വേണ്ടാ, നീ ഡോക്ടറാകണ്ട. ഒരു പാതിരിയായിക്കൂടേ? അതിന് വിരോധമുണ്ടോ? എന്തെങ്കിലുമൊരു തൊഴിലില്ലെങ്കിൽ ശരിയാകില്ലല്ലോ."

പാതിരിയാകുന്നത് നല്ലതാണെന്ന് ചാൾസിനും തോന്നി. പല പാതിരിമാരും പ്രകൃതി പഠനത്തിന് സമയം ചെലവഴിക്കുന്നവരാണല്ലോ. പാതിരിയായാൽ, ചാൾസിനും പക്ഷികളെ നോക്കാം, പ്രാണികളെ പെറുക്കാം, കല്ലുകളും കട്ടകളും തിരയാം, ചെടികൾ ശേഖരിക്കാം. പോരാത്തതിന്, പാതിരിയുദ്യോഗം മാന്യമായൊരുദ്യോഗമായാണ് കണക്കാക്കപ്പെട്ടുന്നത്.

പാതിരിയാകാൻ ചാൾസ് സമ്മതിച്ചു. അച്ഛൻ അവനെ നേരെ കേംബ്രിഡ്ജ് യൂണിവേഴ്സിറ്റിയിലേക്ക് വിട്ടു-ചർച്ച് ഓഫ്

ക്രൈസ്റ്റ് കോളേജിലെ ഡാർവിൻ പ്രതിമ

ഇംഗ്ലണ്ടിലെ പാതിരിയാകാനുള്ള പഠനത്തിനു വേണ്ടി.

പാതിരിയാകാൻ കേംബ്രിഡ്ജിൽ പഠിക്കുമ്പോഴും ചാൾസിന്റെ പ്രകൃതി പ്രേമം മങ്ങാതെ നിന്നു. ക്ലാസ്സുകൾ നന്നായി ബോറടിപ്പിച്ചുവെങ്കിലും, എഡിൻബർഗിലെന്നപോലെ പഠനം ചാൾസ് വിട്ടില്ല. ക്ലാസ്സിലിരിക്കണമെന്ന നിർബന്ധം കേംബ്രിഡ്ജിൽ ഇല്ലാതിരുന്നതും ഒരു സൗകര്യമായി. കൂട്ടുകാരൊത്ത് കുടിയും, ശീട്ടുകളിയും, പാട്ടുപാടലുമൊക്കെയുണ്ടായിരുന്നു. അത്തരത്തിൽ സമയം പാഴാക്കിയതിനെക്കുറിച്ച് ഡാർവിൻ പിന്നീട് പശ്ചാത്താപത്തോടെയാണ് ഓർത്തത്. കൂട്ടുകാരിൽ ചിലരൊക്കെ അലവലാതികളായിരുന്നതും ചാൾസിന് ബുദ്ധിമുട്ടുണ്ടാക്കിയിരുന്നു.

അപ്പോഴും,ഒരു“ഹോബി”ചാൾസിനെ പിടിവിടാതെ കൂടെക്കൂടിയിരുന്നു - വണ്ടുകളെ ശേഖരിക്കൽ. ഒരു ദിവസം അവന് അപൂർവ്വമായ രണ്ടു ചീവീടുകളെ കിട്ടി. ഓരോന്നിനെയും അവൻ തന്റെ ഇരുകൈകളിലായെടുത്തു. അപ്പോഴാണ്, അവൻ

മൂന്നാമതൊരെണ്ണത്തിനെ കാണുന്നത്. അതിനെ വിട്ടുകളയാൻ അവനു മനസ്സു വന്നില്ല. വലതുകയ്യിലുള്ള ചീവീടിനെ വായിലാക്കി, അവൻ മൂന്നാമനെ പിടിച്ചു. വായിലുള്ള വികൃതി എന്തോ ഒരു ദ്രാവകം അവന്റെ വായിലേക്ക് ചീറ്റി. ആ വെള്ളത്തിന്റെ കയ്പ്പും കടുപ്പവും സഹിക്കാനാകാതെ അവനതിനെ ക്ഷണത്തിൽ തുപ്പിക്കളഞ്ഞു; ഒപ്പം, മൂന്നാമത്തെ ചീവീടും കൈവിട്ടുപോയി. എല്ലാം കഴിഞ്ഞപ്പോൾ, കയ്യിൽക്കിട്ടിയത് ഒരേയൊരെണ്ണമായിരുന്നു.

പ്രാണികളെ ശേഖരിക്കാൻ അന്നേ ചാൾസ് ഏതറ്റം വരെയും പോകുമായിരുന്നു.

തലയിലെഴുത്ത് മാറ്റിയ എഴുത്ത്

കോംബ്രിഡ്ജിൽ ചാൾസിന് പ്രിയപ്പെട്ട ഒരു കൂട്ടുകാരനെ കിട്ടി; സഹപാഠിയല്ല, ചാൾസിന്റെ ഒരു പ്രഫസർ-ജോൺ സ്റ്റീവൻസ് ഹെൻസ്ലോ-ഒരു സർവ്വവിജ്ഞാനകോശം. ആഴ്ചയിൽ ഒരു തവണ അദ്ദേഹത്തിന്റെ വീട് ആർക്കുവേണ്ടിയും തുറന്നു കിടക്കും. ആ ദിവസം വൈകുന്നേരം അവിടെ പല വിദ്യാർത്ഥികളും അദ്ധ്യാപകരും ഒത്തുചേരും. ചാൾസും അവിടെ ഒരു പതിവു വിരുന്നുകാരനായി. പതിയെപ്പതിയെ, അവൻ പ്രഫസർ ഹെൻസ്ലോയുടെ സായാഹ്നസവാരിയിൽ പങ്കാളിയായി. കോളേജിലെ മറ്റുള്ളവർ അവനെ "ഹെൻസ്ലോയ്ക്കൊപ്പം നടക്കുന്നവൻ" എന്ന് കളിയായ് വിളിക്കാൻ തുടങ്ങി. വൈകുന്നേരങ്ങളിൽ, പലപ്പോഴും, ചാൾസിന്റെ അത്താഴം ഹെൻസ്ലോയുടെ കൂടെയായിരുന്നു.

സസ്യശാസ്ത്രം, പ്രാണിശാസ്ത്രം, രസതന്ത്രം, ധാതുശാസ്ത്രം, ഭൂഗർഭശാസ്ത്രം എന്നിവയിൽ ഹെൻസ്ലോയ്ക്കുണ്ടായിരുന്ന പാണ്ഡിത്യം അപാരമായിരുന്നു; അവഗാഹമായുള്ളതായിരുന്നു. സൂക്ഷ്മനിരീക്ഷണങ്ങളിലൂടെ സാമാന്യ നിഗമനങ്ങളിലെത്താനുള്ള അദ്ദേഹത്തിന്റെ പാടവം അസാമാന്യമായിരുന്നു. ഒരിക്കലും സമചിത്തത വിടാത്ത, വിവേചനശേഷി ധാരാളമുള്ള

ജോൺ ഹെൻസ്ലോ

മനുഷ്യൻ-എങ്കിലും, ഹെൻസ്ലോ ഒരു മൗലിക പ്രതിഭയാണെന്ന് ചാൾസിന് തോന്നിയിരുന്നില്ല.

ചില കൂട്ടുകെട്ടുകൾ നമ്മുടെ ജീവിതത്തെ വല്ലാതെ മാറ്റിമറിക്കും; മറ്റേതോ മാർഗ്ഗത്തിലൂടെ ഒഴുകിപ്പോകേണ്ടിയിരുന്ന ജീവപ്രവാഹത്തെ വേറൊരു ദിശയിലേക്ക് തിരിച്ചു വിടും. നമ്മുടെ ഭാവി എന്താകുമെന്ന് ആർക്ക് പ്രവചിക്കുവാൻ കഴിയും? അച്ഛനമ്മമാർ മക്കളെ ഡോക്ടറാക്കാൻ ശ്രമിക്കും; പാതിരിയാക്കാൻ നോക്കും; മക്കൾ അവരുടെ സഹജവാസനയനുസരിച്ച് വേറെന്തെങ്കിലുമാകും. ഒരുപാട് സ്വാധീനങ്ങളുടെ ബലത്തിലാണ് ഒരാളുടെ ഭാവി രൂപപ്പെടുന്നത്.

ചാൾസ് എന്താകുമെന്ന് ചാൾസിന് സ്വയം അറിയുമായിരുന്നോ? അറിയില്ല. അച്ഛൻ അവനൊരു ഡോക്ടറാകുമെന്ന് പ്രതീക്ഷിച്ചു. ആ ആശ അസ്ഥാനത്താണെന്ന് കണ്ടപ്പോൾ അദ്ദേഹം അവനൊരു പാതിരിയെങ്കിലുമാകട്ടെ എന്ന് നിശ്ചയിച്ചു. അവന്റെ സഹജവാസന അവനെ ചെടികളെയും ജീവികളെയും

ക്യാപ്റ്റൻ ഫിറ്റ്സ്-റോയ്

ശേഖരിക്കുന്നതിലേക്ക് തള്ളി വിട്ടു. ഹെൻസ്ലോയുമായുള്ള ചങ്ങാത്തം ആ സഹജവാസനയ്ക്ക് ഉത്തേജകമായി.

1831-ൽ ചാൾസ് ബിരുദധാരിയായി-ഇരുപത്തിരണ്ടാമത്തെ വയസ്സിൽ. കേംബ്രിഡ്ജിലേക്ക് മടങ്ങി, കുറച്ചുകൂടി പഠിച്ച്, പാതിരിയാകാമെന്ന് അവൻ തീരുമാനിച്ചതായിരുന്നു. ചർച്ച് ഓഫ് ഇംഗ്ലണ്ടിലെ പാതിരിമാർക്ക് വിവാഹിതരാകാം; കുടുംബമാകാം. ഏതെങ്കിലുമൊരു ഇടവകയിലെ പുരോഹിതനായിക്കഴിഞ്ഞാൽ ശ്രമകരമായ ജോലിയൊന്നുമില്ല-ഉപദേശപ്രഭാഷണങ്ങൾ നടത്തണം; ആളുകളെ സഹായിക്കണം. ഒഴിവുസമയങ്ങളിൽ ചാൾസിന് പ്രകൃതിപര്യവേക്ഷണമാകാം.

ഹെൻസ്ലോയെപ്പോലെ മറ്റൊരു പ്രഫസറും ചാൾസിന് ചങ്ങാതിയായുണ്ടായിരുന്നു-ഭൂഗർഭശാസ്ത്രപ്രഫസർ സെജ്വിക്. അദ്ദേഹവുമൊത്ത് അവൻ ഒരു വിനോദയാത്ര പോയി. അത് വടക്കൻ വെയിൽസിലേക്കായിരുന്നു. ഭൂമിയുടെ ചരിത്രവും,

ഘടനയും പഠിക്കാൻ ഈ വിനോദയാത്ര സഹായിച്ചു. പാറകളും ഫോസിലുകളും മറ്റു സാമ്പിളുകളും ശേഖരിച്ചാണ് വിനോദയാത്രാ സംഘം തിരിച്ചെത്തിയത്.

വീട്ടിൽ മടങ്ങിയെത്തിയപ്പോൾ, ഡാർവിനെക്കാത്ത് ഒരു കത്തിരിപ്പുണ്ടായിരുന്നു-പ്രഫസർ ഹെൻസ്ലോ,ഡാർവിനെഴുതിയ കത്ത്. ഈയൊരു കത്താണ് ചാൾസിന്റെ ജീവിതം സമൂലം മാറ്റിയത്-ചാൾസിനെ ഡാർവിനാക്കിയത്.

"ക്യാപ്റ്റൻ ഫിറ്റ്സ്-റോയ് (Fitz-Roy) തന്റെ ബീഗിൾ എന്ന കപ്പലിൽ ഒരു യാത്രപോകുന്നുണ്ട്. ഒരു പ്രകൃതിശാസ്ത്രജ്ഞനായി അദ്ദേഹത്തിനൊപ്പം യാത്രചെയ്യാൻ ഒരു ചെറുപ്പക്കാരനെ വേണം; റോയിയുടെ ക്യാബിൻ തന്നെ അയാൾക്ക് ഉപയോഗിക്കാം. ശമ്പളം പ്രതീക്ഷിക്കേണ്ട. ചാൾസ് എന്തു പറയുന്നു? താല്പര്യമുണ്ടോ?" കത്തിലെ ഉള്ളടക്കം ഇതായിരുന്നു.

ഫിറ്റ്സ്-റോയ് ഒരു ഹൈഡ്രോഗ്രാഫറാണ് (Hydrographer)-ജലാശയങ്ങളുടെ ലക്ഷണങ്ങളും അവയുടെ ഘടനയും പഠിക്കുന്നയാൾ; മീറ്റിയറോളജിയും (Meteorology-കാലാവസ്ഥാപഠനം) മൂപ്പരുടെ വിഷയമാണ്. ബ്രിട്ടീഷ് നേവിയിലെ ക്യാപ്റ്റനായ അങ്ങേരുടെ സ്വന്തം കപ്പലാണ് HMS ബീഗിൾ. ചുരുങ്ങിയത്, രണ്ടു വർഷത്തേക്കായിരിക്കും യാത്ര.

യാത്രയ്ക്ക് കാരണങ്ങൾ പലതാണ്. തെക്കേ അമേരിക്കയിലെ പല രാജ്യങ്ങളുമായി ബ്രിട്ടന് കച്ചവടം നടത്തിയാൽക്കൊള്ളാമെന്നുണ്ട്. ക്യാപ്റ്റനും സംഘവും തെക്കേ അമേരിക്കയ്ക്ക് ചുറ്റുമുള്ള സമുദ്രങ്ങളുടെ സ്ഥലചിത്രങ്ങൾ (Maps) വരച്ചുണ്ടാക്കും. മറ്റു കപ്പലുകൾക്ക് ഈ ചിത്രങ്ങൾ സഹായകമാകും. പ്രകൃതിവിജ്ഞാനിയത്തിൽ തല്പരനായ ഒരാളെ ക്യാപ്റ്റന് ഒപ്പം വേണം. അയാൾക്ക് ചെടികൾ ശേഖരിക്കാം; ജന്തുക്കളെയും. മാത്രമല്ല, റോയിക്ക് ഒന്നിച്ചിരുന്ന് വർത്തമാനം പറയാനും, ആഹാരം കഴിക്കാനും ഒരു കൂട്ടു വേണം.

ഡാർവിന് പ്രകൃതിയെ ഇഷ്ടമാണെന്ന് ഹെൻസ്ലോയ്ക്കറിയാമല്ലോ. ഡാർവിൻ പ്രസന്നപ്രകൃതമുള്ള ആളാണെന്നും ഹെൻസ്ലോയ്ക്കറിയാം. ദീർഘയാത്രയിൽ ക്യാപ്റ്റന് ഡാർവിൻ നല്ലൊരു കൂട്ടായിരിക്കും. അതുകൊണ്ടാണ് അദ്ദേഹം ഡാർവിനോട് ചോദിച്ചത്: ലോകം ചുറ്റാൻ തനിക്ക് താല്പര്യമുണ്ടോ?

ഡാർവിന് നല്ല താല്പര്യമായിരുന്നു. പക്ഷേ, അച്ഛൻ സമ്മതിക്കണം. സമ്മതം ചോദിച്ചപ്പോൾ അച്ഛൻ പറഞ്ഞു:

"നീ പോകണമെന്ന് സാമാന്യബുദ്ധിയുള്ള ആരെങ്കിലും പറഞ്ഞാൽ, ഞാൻ സമ്മതിക്കാം."

HMS ബീഗിൾ

പാതിരിയാകേണ്ടവൻ സമുദ്രസഞ്ചാരിയാവുകയോ? ഇവന് കുടുംബവും കുട്ടികളുമായി കഴിയേണ്ടേ? അതൊക്കെപ്പോട്ടെ, കടലിൽക്കിടന്ന് കറങ്ങുന്നത് എത്ര അപകടകരമാണ്! "കാടൻ പരിപാടി"-നട്ടപിരാന്ത്- എന്നല്ലാതെ മറ്റെന്തു പറയാൻ?

ഹൃദയം തകർന്നെങ്കിലും ഡാർവിൻ അച്ഛനെ അനുസരിച്ചു. യാത്ര വേണ്ടെന്നുവെച്ചു. ഭാഗ്യമെന്ന് പറയട്ടെ, പിറ്റേന്ന് രാവിലെ ജോസിയാ വെഡ്ജ്‌വുഡ്, ഡാർവിന്റെ അമ്മാവൻ, ഡാർവിന്റെ അച്ഛനെ കണ്ടു; യാത്രാവാഗ്ദാനം സ്വീകരിക്കുന്നതാണ്

Animals of the Galapagos
Galapagos Dove
Zenaida galapagoensis
Magnificent Frigatebird
Fregata magnificens
Blue-Footed Booby
Sula nebouxii
Galapagos Hawk
Buteo galapagoensis
Waved Albatross
Phoebastria irrorata
Galapagos Mockingbird
Mimus parvulus
Nazca Booby
Sula granti
American Flamingo
Phoenicopterus ruber
Galapagos Penguin
Spheniscus mendiculus
Giant Galapagos Tortoise
Chelonoidis nigra
Lava Heron
Butorides sundevalli
Flightless Cormorant
Phalacrocorax harrisi
Galapagos Land Iguana
Conolophus subcristatus
Marine Iguana
Amblyrhynchus cristatus
Galapagos Racer
Pseudalsophis biserialis
Galapagos Fur Seal
Arctocephalus galapagoensis
Sally Lightfoot Crab
Grapsus grapsus
Galapagos Lava Lizard
Microlophus albemarlensis
© ROGER HALL • INKART.NET

ബുദ്ധിയെന്ന് സമർത്ഥിച്ചു. അമ്മാവന്റെ വാദങ്ങൾക്കൊടുവിൽ അച്ഛൻ സമ്മതം മൂളി. കേംബ്രിഡ്ജിൽ ധാരാളിയായി ജീവിച്ചിരുന്ന ഡാർവിൻ അച്ഛനെ പ്രീതിപ്പെടുത്താൻ പറഞ്ഞു:

"ബീഗിളിൽ ഞാൻ ചെലവു ചുരുക്കിക്കഴിഞ്ഞോളം. അതിനുള്ള കഴിവെനിക്കുണ്ട്."

"നീ സമർത്ഥനാണെന്ന് എല്ലാവരും പറഞ്ഞ് ഞാനും കേട്ടിട്ടുണ്ട്," അച്ഛൻ പുഞ്ചിരിയോടെ മറുപടി പറഞ്ഞു.

അങ്ങനെ 1831- ഒക്ടോബറിൽ ഡാർവിൻ, വീട്ടുകാരോട് വിട ചൊല്ലി, പ്ലിമത്തിലേക്ക് (Plymouth) പോയി.

ഉലകം ചുറ്റും വാലിബൻ

കപ്പൽ വഴി ലോകം ആദ്യമായ് ചുറ്റിക്കറങ്ങിയത് ഫെർഡിനാൻഡ് മഗല്ലനാണ് – 1522-ൽ. ആ ആദ്യ സമുദ്രസഞ്ചാരത്തിനു ശേഷം ഇപ്പോൾ മൂന്നൂറു വർഷങ്ങൾ കടന്നുപോയി. സമുദ്രപര്യടനം ഇക്കാലമായപ്പോഴേക്കും പുത്തരിയല്ലാതായിത്തീർന്നു.

എങ്കിലും, കപ്പൽ കയറാൻ പ്ലീമത്തിലെത്തിയ ഡാർവിന് ഉടൻ തന്നെ യാത്ര പുറപ്പെടാനായില്ല. കാരണങ്ങൾ പലതായിരുന്നു. ഒരു കാരണം കേട്ടാൽ നമുക്കിന്ന് ചിരി വരും. ഡാർവിനെ കണ്ടപ്പോൾ അദ്ദേഹം യാത്രയ്ക്ക് പറ്റിയ ആളല്ലെന്ന് ഫിറ്റ്സ്-റോയിക്ക് തോന്നി. അതിനു കാരണമെന്തെന്നോ? ഡാർവിന്റെ മൂക്ക്! മുഖലക്ഷണം നോക്കി ആളുകളുടെ സ്വഭാവം നിർണ്ണയിക്കാൻ താൻ കേമനാണെന്ന അഹന്ത റോയിക്കുണ്ടായിരുന്നു. അതുപ്രകാരം, ഡാർവിന്റെ മൂക്കു നോക്കി അദ്ദേഹം ഡാർവിന് യാത്ര താങ്ങാനുള്ള ശേഷിയും നിശ്ചയദാർഢ്യവും ഉണ്ടാകില്ലെന്ന് തീരുമാനിച്ചു. ഭാഗ്യവശാൽ, റോയ് ആ മുൻവിധിയിൽനിന്ന് പിന്മാറി.

യാത്രാവിളംബത്തിന് മറ്റൊരു കാരണം കപ്പൽ കേടുവന്നതാണ്. കേടുപാടുകൾ തീർക്കാൻ സമയമെടുക്കുമല്ലോ. പോരാത്തതിന്, കാലാവസ്ഥയും വഷളായി. കാത്തിരിക്കുകയല്ലാതെ ഡാർവിന് മറ്റെന്തു ചെയ്യാനാകും? നേരം പോക്കാനായി

ഡാർവിന്റെ മൂക്ക്

അദ്ദേഹം ദിനസരിക്കുറിപ്പുകൾ, ഡയറിക്കുറിപ്പുകൾ, എഴുതാൻ തുടങ്ങി. യാത്രയിലുടനീളം ഡാർവിൻ ഡയറിയെഴുതുന്ന ഈ ശീലം പാലിച്ചു.

കപ്പൽ തയ്യാറായപ്പോഴേക്ക് ഡിസംബർ മാസമായി. ഒക്ടോബറിൽ യാത്രക്ക് തയ്യാറായ ഡാർവിൻ ഡിസംബർ 27-ന് ബീഗിളിൽ കാലെടുത്തുകുത്തി. ബീഗിളിന് തൊണ്ണൂറടി നീളമുണ്ടായിരുന്നു. കപ്പലിനകത്ത് മൊത്തം 74 ആളുകൾ; കൂടെ കുടിക്കാനുള്ള വെള്ളവും, തിന്നാനുള്ള ആഹാരവും. ആഹാരത്തിനായി ആറായിരം ടിൻ ഉപ്പിലിട്ടു സൂക്ഷിച്ച ഇറച്ചിയുമുണ്ടായിരുന്നു. അന്ന്, ഫ്രിഡ്ജ് നിലവിലില്ലല്ലോ.

"ഒരൊറ്റയിഞ്ചു സ്ഥലം പോലും കാലിയായിരുന്നില്ല," ഡാർവിൻ ഡയറിയിലെഴുതി.

കപ്പലിൽ ചാൾസിന് കിട്ടിയ ക്യാബിൻ വളരെ ചെറുതായിരുന്നു. കിടക്കാൻ കിട്ടിയത് ഒരു തൂക്കുവല (hammock) ആയിരുന്നു.

അതിലേക്ക് വലിഞ്ഞു കയറുക പ്രയാസമായിരുന്നു. ഒടുവിൽ കയറിക്കിട്ടിയപ്പോഴോ, കാലു നീട്ടാൻ പ്രയാസമായി. എങ്കിലും, പിന്നീട്, ഈ തൂക്കുവലയിലാണ് ഡാർവിൻ ഒരുപാട് സമയം കഴിച്ചുകൂട്ടിയത്.

പ്രയാസങ്ങൾ അവിടംകൊണ്ടും തീർന്നില്ല. കപ്പൽകയറിയ രണ്ടാം ദിവസം ഡാർവിന് കടൽച്ചൊരുക്ക് പിടിപെട്ടു. ആദ്യമായ് കടലിൽപോകുന്നവർക്ക് ഉപ്പുകാറ്റ് പിടിക്കില്ല. അവർ ഛർദ്ദിക്കും. ചിലപ്പോൾ, ഛർദ്ദിച്ച് അവശരാകും. ചത്താൽമതിയെന്നുവരെ തോന്നും. ഡാർവിനും അതേ അവസ്ഥയായിരുന്നു. അദ്ദേഹം ഒരു സുഹൃത്തിനോട് പറയുകയുണ്ടായി:

“കടലിലെ തിരകൾ ഓരോന്നിനെയും ഞാൻ വെറുക്കുന്നു.”

ക്യാപ്റ്റൻ റോയിയും കടലിനെപ്പോലെത്തന്നെയായിരുന്നു. മൂപ്പർക്ക് എപ്പോഴാണ് ശുണ്ഠി വരികയെന്ന് പറയുക പ്രയാസമാണ്. മൂക്കത്ത് ശുട്ടും മുഖത്ത് സദാ സന്തോഷമില്ലായ്മയുമുള്ള ആളാണ് അദ്ദേഹം. താൻ പിടിച്ച മുയലിന് കൊമ്പ് മൂന്നാണെന്ന തരക്കാരൻ. ഡാർവിന് പലപ്പോഴും അദ്ദേഹത്തോട് വഴക്കുകൂടേണ്ടി വന്നു. ഒരിക്കൽ അദ്ദേഹം അടിമപ്പണി നല്ലതാണെന്ന് അഭിപ്രായപ്പെട്ടു. ഡാർവിൻ അതിനോട് വിയോജിച്ചു. തന്റെ ഭാഗം ന്യായീകരിക്കാൻ റോയ് ഒരു കഥ പറഞ്ഞു. അടിമകളുടെ ഒരുടമ പറഞ്ഞതാണെന്ന് പറഞ്ഞുകൊണ്ട് അദ്ദേഹം പറഞ്ഞു:

“ഒരിക്കൽ ഇദ്ദേഹം (അടിമകളുടെ ഉടമ) തന്റെ അടിമകളെ വിളിച്ചുവരുത്തി ചോദിച്ചു:

‘നിങ്ങൾ സന്തോഷവാന്മാരല്ലേ? നിങ്ങൾക്ക് സ്വതന്ത്രരാകണോ’

‘വേണ്ടായേ,’ എല്ലാ അടിമകളും അങ്ങനെയാണ് പറഞ്ഞത്.”

“ഉടമയുടെ മുന്നിൽവെച്ച് അടിമകൾ അങ്ങനെയല്ലേ പറയൂ,” ഡാർവിൻ തിരിച്ചടിച്ചു.

അതുകേട്ടതോടെ റോയിക്ക് കോപം വന്നു. അദ്ദേഹം ഡാർവിനോട് ചൂടായി.

പുലരിയിലാണ് റോയിയുടെ ശുണ്ഠി പാരമ്യത്തിലെത്തുക. കപ്പലിലെ ഓഫീസർമാർ രാവിലെ പരസ്പരം ചോദിക്കും:

"ഇന്ന് കാപ്പിക്ക് നല്ല ചൂടുണ്ടോ?"

അതായത്, റോയ് നല്ല ചൂടിലാണോ എന്നർത്ഥം.

ഇങ്ങനെയൊക്കെയാണെങ്കിലും, റോയ് അടിസ്ഥാനപരമായി നല്ല മനുഷ്യനായിരുന്നുവെന്നാണ് ഡാർവിൻ ഡയറിയിലെഴുതിയത്.

കപ്പൽ കരയിലടുക്കുമ്പോൾ ഡാർവിന് ധാരാളം പണിയുണ്ടാകും. പാറകൾ പരിശോധിക്കണം. അവയുടെ അടരുകൾ നിരീക്ഷിക്കണം. ഫോസിലുകൾ (Fossils-ശിലാദ്രവ്യങ്ങൾ-അശ്മകങ്ങൾ) പെറുക്കിയെടുക്കണം. ഈ ജോലിയിൽ ഡാർവിനെ സഹായിക്കാൻ അദ്ദേഹത്തിന്റെ കയ്യിൽ ലയലിന്റെ "ഭൂഗർഭശാസ്ത്രതത്ത്വങ്ങൾ" എന്ന പുസ്തകമുണ്ടായിരുന്നു. ഈ പുസ്തകം പഠിച്ചുവെച്ചത് ഡാർവിന് നല്ലൊരു മുതൽക്കൂട്ടായി.

ഡാർവിന്റെ മറ്റൊരു ജോലി ജന്തുക്കളെ ശേഖരിക്കുകയായിരുന്നു. അവയിൽ ചിലതിനെയൊക്കെ അദ്ദേഹം ഛേദിച്ചു നോക്കുകയും ചെയ്തു. വരക്കാനറിയാത്തതുകൊണ്ടും, ശരീരഘടനയെക്കുറിച്ചു വലിയ വിവരമില്ലാത്തതുകൊണ്ടും അന്നെഴുതിക്കൂട്ടിയ പല വിവരങ്ങളും പാഴായിപ്പോയി.

ഒഴിവു സമയങ്ങളിൽ ഡാർവിൻ കുറിപ്പുകളെഴുതി. താൻ കണ്ടതിനെക്കുറിച്ചെല്ലാം കൃത്യമായും സൂക്ഷ്മമായും വിവരിച്ചു. കുറിപ്പുകളിൽ പലതും വീട്ടിലേക്കുള്ള കത്തുകളായ് മാറി. പതിയെപ്പതിയെ, ശാസ്ത്രത്തോടുള്ള ഡാർവിന്റെ ആഭിമുഖ്യം പ്രബലമായിക്കൊണ്ടിരുന്നു. വേട്ടയിലുള്ള കമ്പം ജോലിയെ തടസ്സപ്പെടുത്തുന്നുവെന്നു മനസ്സിലാക്കിയപ്പോൾ, ഡാർവിൻ അതും ഉപേക്ഷിച്ചു. യുക്തിചിന്തയും നിരീക്ഷണവും നായാട്ടിനേക്കാൾ തന്നെ ലഹരിപിടിപ്പിക്കുന്നുവെന്ന് ഡാർവിൻ അത്ഭുതത്തോടെ തിരിച്ചറിഞ്ഞു. ഡാർവിന്റെ തന്നെ വാക്കുകളിൽ പറഞ്ഞാൽ, "പ്രാകൃതമനുഷ്യന്റെ ആദിമചോദനകൾ, മെല്ലെമെല്ലെ, പരിഷ്കൃതമനുഷ്യന്റെ

ALFRED PARSONS

ആർജ്ജിതാഭിരുചികൾക്ക് വഴിമാറി." കടൽസവാരി കഴിഞ്ഞെത്തിയ മകനെക്കണ്ട് ഡാർവിന്റെ അച്ഛൻ പറഞ്ഞതും ശ്രദ്ധേയമാണ്:

"നോക്ക്, ചെറുക്കന്റെ തലയുടെ രൂപംതന്നെ മാറിപ്പോയി."

നമുക്ക് ഡാർവിന്റെ യാത്രയിലേക്ക് മടങ്ങി വരാം. ബീഗിൾ ആദ്യം നങ്കൂരമിട്ടത് കേയ്പ്പ് വർഡീ (Cape Verde) ദ്വീപുകൾക്കരികിലാണ്. ഈ ഉഷ്ണമേഖലാദ്വീപുകൾ ഭൂമദ്ധ്യരേഖക്ക് വടക്കായിട്ടുവരും-ആഫ്രിക്കയുടെ പടിഞ്ഞാറൻ തീരത്തുനിന്ന് ഒരു നൂറു നാഴികയോളം ദൂരെ.

വർഡീ ദ്വീപ്

ബീഗിളിന് ഇവിടേക്കെത്താൻ രണ്ടാഴ്ച മാത്രമേ വേണ്ടിവന്നുള്ളൂ. പക്ഷേ, ഡാർവിന് താൻ പുതിയൊരു ലോകത്തെത്തിയ അനുഭൂതിയാണുണ്ടായത്. കാണുന്നതെല്ലാം പുതുപുത്തൻ കാഴ്ചകൾ-തെങ്ങുകൾ, നാരകങ്ങൾ, അഗ്നിപർവ്വതങ്ങൾ വലിച്ചെറിഞ്ഞ പാറകൾ, പ്രാണികൾ, ശലഭങ്ങൾ, ഇതുവരെ കാണാത്ത പൂക്കൾ, പുതിയയിനം കടൽജന്തുക്കൾ...

ഡാർവിൻ തന്റെ ശേഖരണ ദൗത്യത്തിന് തുടക്കമിട്ടു.

കുഴിച്ചാൽക്കിട്ടുന്ന ഉത്തരങ്ങൾ

വർഡീ ദ്വീപുകൾ ഡാർവിനെ ചിന്താമഗ്നനാക്കി: ഈ ദ്വീപുകൾ ഇക്കാണുംവിധം രൂപപ്പെട്ടതെങ്ങനെ?

അക്കാലത്ത് ആളുകൾ വിശ്വാസികളായിരുന്നു. കണ്ണിൽകാണുന്നതെല്ലാം ഭഗവാന്റെ ലീലയും സൃഷ്ടിയുമാണെന്ന ദൃഢമൂലമായ വിശ്വാസമുള്ളവർ. ഭൂമി കുഴച്ചുണ്ടാക്കിയത് ഭഗവാൻ; മനുഷ്യനെയും. പുഴകളെ ഒഴുക്കിവിടുന്നത് ഭഗവാൻ. അലകളാടുന്ന ആഴി കടഞ്ഞെടുത്തതും ഭഗവാൻ. ചെടികൾ തളിർത്തുവരുന്നതിനും ജന്തുക്കൾ ജനിക്കുന്നതിനും കാരണഭൂതൻ ഭഗവാൻ. മഴ പെയ്യിക്കുന്നതും വെയിൽ പരത്തുന്നതും ഭഗവാൻ. ഉത്തരമില്ലാത്ത ഏതിനും എന്തിനും ഭഗവാനാണ് ഉത്തരം. എല്ലാ കർത്തൃത്വവും ഭഗവാനായതുകൊണ്ടാകാം, ഭഗവാനെ കർത്താവെന്ന് ആളുകൾ വിളിച്ചത്.

പക്ഷേ, ഡാർവിൻ ലയലിന്റെ പുസ്തകം വായിച്ച ആളാണല്ലോ. കർത്താവാണ് എല്ലാ കർമ്മങ്ങളും ചെയ്യുന്നതെന്ന് അങ്ങനെയങ്ങ് വിശ്വസിക്കാൻ, അതുകൊണ്ട്, ഡാർവിന് പ്രയാസമായിരുന്നു. ഡാർവിനും, ഇക്കാലത്ത്,ബൈബിളിൽ വിശ്വാസമുണ്ടായിരുന്നു. പക്ഷേ, ആ വിശ്വാസം അന്ധമായിരുന്നില്ല. യുക്തിവിചാരം ആന്ധ്യത്തെ അകറ്റാൻ സഹായിച്ചു.

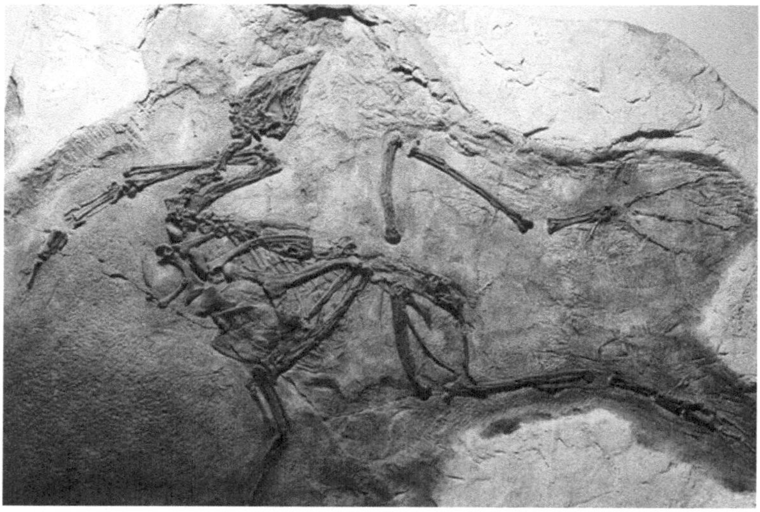

ദൈനസോർ ഫോസിൽ

ഒരു ദിവസം കൊണ്ട് ദൈവം കുഴച്ചുണ്ടാക്കിയതല്ല ഭൂമിയെന്നാണ് ലയൽ തന്റെ പുസ്തകത്തിൽ പറഞ്ഞത്. എത്രയോ വർഷങ്ങളിലൂടെയാണ് ഭൂമി ഇന്നുകാണുന്ന തരത്തിൽ രൂപപ്പെട്ടത്-അഗ്നിപർവ്വതസ്ഫോടനങ്ങളിലൂടെ, ഭൂകമ്പങ്ങളിലൂടെ, ഉരുൾപൊട്ടലുകളിലൂടെ... ലയലിന്റെ ധീരനൂതനചിന്തകൾ ഡാർവിനെ ആകർഷിച്ചു: ലയലിനെപ്പോലെ താനും ഭൂമിയെ നിരീക്ഷിക്കും; സസ്യമൃഗാദികളെ നിരീക്ഷിക്കും; കിട്ടാവുന്നത്ര മാതൃകകൾ ശേഖരിക്കും; ചോദ്യങ്ങൾ ഉന്നയിക്കും. ഒരു പക്ഷേ, ഒരു പുസ്തകം തന്നെ എഴുതിയേക്കും. ലോകത്തെ നോക്കിക്കാണാനുള്ള നവമായൊരു മാർഗ്ഗം കണ്ടുപിടിക്കാൻ തനിക്കു കഴിഞ്ഞെങ്കിലോ?

ഡാർവിനിപ്പോൾ ജീവിതത്തിനൊരു ലക്ഷ്യമുണ്ടെന്നായി. അദ്ദേഹത്തിന്റെ മനസ്സ് അദ്ദേഹത്തോട് മന്ത്രിച്ചു: നീ ഡോക്ടറോ പാതിരിയോ ആകാനുള്ളവനല്ല; നീ ശാസ്ത്രജ്ഞനാകേണ്ടവനാണ്-ഒരു പ്രകൃതിശാസ്ത്രജ്ഞൻ.

ഒരു ശാസ്ത്രജ്ഞനാകാനുള്ള സമയം ബീഗിൾ യാത്രയിൽ ഡാർവിന് ലഭിച്ചു. യാത്ര രണ്ടുകൊല്ലത്തേക്കാണെന്നാണ് ആദ്യം

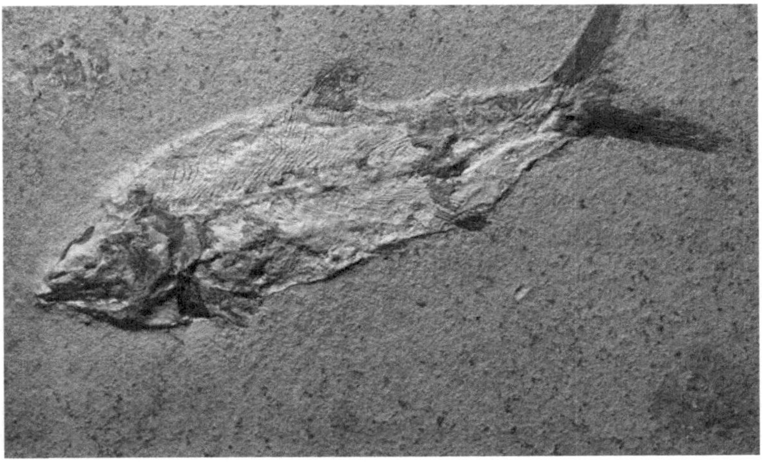

മീൻ ഫോസിൽ

തീരുമാനിക്കപ്പെട്ടിരുന്നത്; പക്ഷേ, അത് അഞ്ചുകൊല്ലത്തേക്ക് നീണ്ടുപോയി. ഈ അഞ്ചുവർഷങ്ങളിൽ ഡാർവിൻ കടലിലുണ്ടായിരുന്നത് വെറും പതിനെട്ടുമാസങ്ങളോളമായിരുന്നു. ബാക്കിയുള്ള കാലത്ത് അദ്ദേഹം കരയിൽ വേട്ടയാടുകയോ, പ്രകൃതിപര്യവേക്ഷണത്തിലേർപ്പെട്ടുകയോ ചെയ്തു. കരയിൽ അദ്ദേഹം കർമ്മനിരതനായിരിക്കേ, ബീഗിൾ കടലിൽ തത്തിക്കളിച്ചുകൊണ്ടിരുന്നു.

ബീഗിൾ തെക്കേ അമേരിക്കയിലെത്തി. അവിടെ ഡാർവിൻ കുതിരപ്പുറത്തേറി ഏഴു വട്ടം ദീർഘ സവാരികൾ നടത്തി; തിരിച്ചു വരുമ്പോൾ, പലപ്പോഴും, കപ്പലിലുള്ളവർക്കായി വെടിയിറച്ചി കൊണ്ടുവന്നു. ഉന്നം തെറ്റാത്ത ഒരു നായാട്ടുകാരനായിരുന്നല്ലോ ഡാർവിൻ.

പ്രകൃതിനിരീക്ഷണവേളകളിലൊക്കെ അദ്ദേഹം കുറിപ്പുകൾ എഴുതിക്കൊണ്ടേയിരുന്നു. തിരിച്ച് കപ്പലിലെത്തിയാൽ ആ കുറിപ്പുകളൊക്കെ അദ്ദേഹം ഡയറിയിലേക്ക് പകർത്തും; ശേഖരിച്ച സസ്യജന്തുക്കളെ സൂക്ഷ്മദർശിനിവെച്ച് പരിശോധിക്കും; സസ്യജന്തുമാതൃകകൾ ഉണക്കി സൂക്ഷിക്കും; എല്ലുകൾ വൃത്തിയാക്കി അക്കമിട്ടു വെക്കും. അദ്ദേഹത്തിന്റെ ചെടികൾക്കും ജീവികൾക്കുമായി കപ്പൽ ജീവനക്കാർ പെട്ടികളും കൂടകളുമൊരുക്കി. ക്യാപ്റ്റൻ

ഫിറ്റസ്-റോയി കപ്പലിലെ ലോഗ് (രജിസ്റ്റർ/രേഖകൾ) സൂക്ഷിക്കു ന്നതെങ്ങനെയെന്ന് ഡാർവിൻ കണ്ടതാണ്. ഒരു വിശദാംശവും വിടാതെയാണ് റോയ് രേഖകളുണ്ടാക്കുക. അതതേപടി ഡാർവിനും തന്റെ രേഖകൾ ഉണ്ടാക്കുന്നതിൽ പിന്തുടർന്നു. വിശ ദാംശങ്ങളിലുള്ള കണ്ണ് ഒരു ശാസ്ത്രജ്ഞന് അത്യാവശ്യമായ് വേണ്ട ഒന്നാണ്.

ഡാർവിന്റെ ആദ്യത്തെ സുപ്രധാന കണ്ടുപിടുത്തം സംഭവിക്കു ന്നത് 1832 -സപ്തംബറിലാണ്-യാത്ര തുടങ്ങി ഒമ്പതു മാസങ്ങൾക്കു ശേഷം. ഒരു ദിവസം റോയിയും ഡാർവിനും ഒരു ചെറുതോണി യേറി അർജന്റീനയുടെ കടൽത്തീരത്തിനരികിലൂടെ പോവുക യായിരുന്നു. അപ്പോഴാണ് ഡാർവിൻ അതു കണ്ടത്-ഒരു കുന്ന് എല്ലുകൾ! ബലമില്ലാത്ത പാറകളിലും കളിമണ്ണിലും പുതഞ്ഞു കിടക്കുന്ന എല്ലുകൾ. ഫോസിലുകളായിരിക്കുമോ അവ?

പിറ്റേന്ന് ഡാർവിൻ ആ സ്ഥലത്തെത്തി കുഴിക്കാൻ തുട ങ്ങി-മണിക്കൂറുകളോളം. ഏതോ മൂന്നു ഭീമമൃഗങ്ങളുടെ അസ്ഥിപ ഞ്ജരങ്ങൾ അദ്ദേഹത്തിന് കിട്ടി; അതിലൊന്നിന് വലിയൊരു തലയുമുണ്ടായിരുന്നു.

"ഫോസിൽ" എന്നാൽ എന്താണെന്ന് നിങ്ങൾക്കറിയാമല്ലോ? പണ്ടെന്നോ ചത്തടിഞ്ഞ ഒരു സസ്യത്തിന്റേയോ, മൃഗത്തിന്റേയോ ഭൂമിയുടെ ബാഹ്യപടലത്തിൽ (മണ്ണിലോ, പാറയിലോ) ഇപ്പോഴും കിടക്കുന്ന അവശിഷ്ടം; അല്ലെങ്കിൽ, അതിന്റെ അടയാളം. അതിനെയാണ് ഫോസിൽ എന്ന് വിളിക്കുന്നത്. "ഫോസ സ്"(Fossus) എന്ന ലത്തീൻ വാക്കിൽനിന്നാണ് ഫോസിൽ എന്ന വാക്കിന്റെ ഉത്ഭവം. ഫോസസ് എന്നു പറഞ്ഞാൽ "കുഴി ച്ചെടുത്തത്" എന്നർത്ഥം. പുരാതന ശിലാരൂപങ്ങളിൽനിന്ന് കുഴി ച്ചെടുക്കപ്പെടുന്നവയാണല്ലോ ഫോസിലുകൾ. ചെടിയുടേതായാലും ജന്തുവിന്റേതായാലും മൃദുലഭാഗങ്ങൾ മുഴുവൻ കാലാന്തരത്തിൽ ദ്രവിച്ചില്ലാതാകും. എല്ലും പല്ലും ബാക്കിയാകും. ചിലപ്പോൾ സസ്യ മൃഗാദികളുടെ അടയാളമായിരിക്കാം ഫോസിലായി ലഭിക്കുക. മീനാണെങ്കിൽ അവയുടെ ചെതുമ്പലുകൾ കിട്ടിയേക്കും.

ഫോസിലുകൾ പഠിക്കുന്നതിനെ "പാലിയന്റോളജി" (Palaeontology) എന്നു പറയും. ഡാർവിനു മുമ്പും ആളുകൾ ഫോസിലുകൾ കണ്ടിട്ടുണ്ട്; പക്ഷേ, അവയെ അത്ര കാര്യമാക്കിയിരുന്നില്ല. 1842-ൽ ബ്രിട്ടനിൽ ഒരു ശാസ്ത്രജ്ഞനുണ്ടായിരുന്നു-റിച്ചാർഡ് ഓവൻ. ഇദ്ദേഹം അസാധാരണമായ ഒരു പറ്റം പുരാതന അസ്ഥികൾ കണ്ടെത്തി. അവയ്ക്ക് ഇദ്ദേഹമിട്ട പേരാണ് "ദൈനസോറുകൾ". ദൈനസോറുകളെന്നാൽ "ഭീകരപല്ലികൾ"എന്നർത്ഥം. പാലിയന്റോളജിയുടെ തുടക്കം ഇതോടെയാണെന്ന് പറയാം. എങ്കിലും, ഡാർവിനു ശേഷമാണ് ഫോസിലുകളെപ്പറ്റിയുള്ള പഠനം ഗൗരവമായ് സംഭവിക്കുന്നത്.

ഡാർവിനു കിട്ടിയ ഫോസിലുകൾ ഭീമരൂപികളായിരുന്നു. കപ്പൽജീവനക്കാർക്ക് അവ ബീഗിളിലേക്ക് വലിച്ചുകയറ്റാൻ ക്രെയ്നുകൾ ഉപയോഗിക്കേണ്ടി വന്നു. വംശനാശം സംഭവിച്ച ഏതോ ജന്തുക്കളുടേതാകണം ആ അസ്ഥിപഞ്ജരങ്ങളെന്ന് ഡാർവിൻ ഊഹിച്ചു. പക്ഷേ, ജീവികൾക്കെങ്ങനെയാണ്, എന്തുകൊണ്ടാണ് വംശനാശം സംഭവിക്കുന്നത്? ഒരു പക്ഷേ, ഈ ഫോസിലുകൾക്ക് അതിനുള്ള ഉത്തരം നല്കാൻ കഴിഞ്ഞേക്കും. മൃഗ ഗണങ്ങൾ കാലാന്തരത്തിൽ പരിണാമവിധേയമാകുന്നതെങ്ങനെയെന്ന് മനസ്സിലാക്കാനുള്ള വഴിയിലേക്ക് ഈ ഫോസിലുകൾ ഡാർവിനെ നയിച്ചു.

ആമകളുടെ നാട്ടിൽ ഒരിടവേള

1834-ഡാർവിൻ വീട്ടുവിട്ടിട്ട് വർഷം മൂന്നായി. ഇതിനിട യിൽ അദ്ദേഹം നിരവധി വന്യദേശങ്ങളിൽ പര്യ വേക്ഷണം നടത്തി. പാറ്റഗോണിയ, റിയോ ഡെ ജനൈറോ, ഉറുഗ്വേ, ബ്യൂണസ് എയേഴ്സ് തുടങ്ങിയ ദേശങ്ങൾ ഇവയിൽപ്പെടും. ബീഗിൾ, ഒടുവിൽ, തെക്കേഅമേരിക്കയുടെ പടിഞ്ഞാറൻ കടൽ ത്തീരത്തെത്തി.

യാത്രയിൽ ചങ്കിടിപ്പ നിന്നുപോകുന്ന സംഭവങ്ങൾക്ക് യാതൊരു കുറവുമുണ്ടായിരുന്നില്ല. തെക്കേ അമേരിക്കയിലെ തെക്കേ മുനമ്പിലുള്ള ടിയറാ ഡെൽ ഫ്യൂഗോ(Tierra del Fuego) യിൽവച്ച് ഒരു സംഭവമുണ്ടായി. അരികത്തുള്ള ഒരു മലഞ്ചെരിവിൽ നിന്ന് ഭീമൻ ഹിമക്കട്ടകൾ കടലിലേക്ക് ഇടിഞ്ഞു വീണു. വീഴ്ചയുടെ ആഘാതത്തിൽ തിരമാലകൾ പർവ്വതങ്ങളെപ്പോലെ ഉയർന്നുവ ന്നു. ഡാർവിനും കൂട്ടരും സഞ്ചരിച്ചിരുന്ന ചെറുതോണി തകർന്നു തരിപ്പണമാകേണ്ടതായിരുന്നു. ഡാർവിന്റെ മനഃസാന്നിദ്ധ്യം ഒന്നു കൊണ്ടുമാത്രമാണ് എല്ലാവരും രക്ഷപ്പെട്ടത്. അദ്ദേഹവും മറ്റൊരു നാവികനും തോണി കരയിൽ വളരെ ദൂരേക്ക് വലിച്ച് കയറ്റി.

ബീഗിൾ,ചിലെയിൽ (Chile) എത്തിയപ്പോൾ ഫിറ്റ്സ്-റോയി ക്ക്ബൽപരയീസോ (Valparaiso) എന്ന പട്ടണത്തിൽ തങ്ങേണ്ടി വന്നു. കപ്പലിന് കേടുപാടുകൾ സംഭവിച്ചതാണ് കാരണം.

ഭീമനാമ

അറ്റകുറ്റപ്പണികൾ തീർത്തതിനുശേഷമേ യാത്ര തുടരാനാകൂ. അത്രയും കാലം നാവികർ കരയിൽ കഴിഞ്ഞേ പറ്റൂ. ഡാർവിന് സന്തോഷമായി. അദ്ദേഹം കരയിലാകെ ചുറ്റി നടന്ന് കാഴ്ചകൾ കണ്ടു. ആ കാഴ്ചകൾ കണ്ണു തുറപ്പിക്കുന്നവയായിരുന്നു. അവയിലൊന്ന് ഒരു അഗ്നിപർവ്വതം പൊട്ടിത്തെറിക്കുന്നതായിരുന്നു; മറ്റൊന്ന്, ഒരു ഭൂമികുലുക്കവും. ആദ്യമായാണ് ഡാർവിന് അങ്ങനെയുള്ള അനുഭവങ്ങളുണ്ടാകുന്നത്. ഹിമപാതങ്ങൾ, മലയിടിച്ചലുകൾ, പർവ്വതവിസ്ഫോടനങ്ങൾ, ഭൂമിയുടെ പ്രകമ്പനങ്ങൾ - ഇവയൊക്കെയുണ്ടാക്കിയ ഹർഷം അദ്ദേഹത്തിന്റെ ഉറക്കം കെടുത്തി. അദ്ദേഹം ലയിലിനെ ഓർത്തു. ഭൂമി നിലവിലുള്ള രൂപമാർജ്ജിച്ചത് ഇത്തരം പ്രകൃതിശക്തികളിലൂടെയാണെന്ന് ലയൽ പറഞ്ഞിട്ടുണ്ടായിരുന്നല്ലോ. ഇപ്പോൾ അതൊക്കെ നേരിട്ടനുഭവിക്കാൻ ഡാർവിന് കഴിഞ്ഞു. ഭൂമി കാൽക്കീഴിൽ പിളരുന്നത് അദ്ദേഹം കണ്ടു; മണ്ണ് ജ്വരബാധിതയെപ്പോലെ തുള്ളുന്നതു കണ്ടു; കുന്നുകളുടെ ഉച്ചിയിൽ കക്കത്തോടുകൾ കണ്ടു. കക്കത്തോടുകൾ എങ്ങനെയാണ് മലമുകളിൽ എത്തിയത്? പണ്ട് ഈ മലകൾ വെള്ളത്തിനടിയിലായിരുന്നിരിക്കണം. അഗ്നിപർവ്വതവിസ്ഫോടനങ്ങൾ

കടലുടുമ്പ്

ഈ മലകളെ ഉയർത്തിക്കൊണ്ടുവന്നതാകണം - കടലിൽനിന്നു യർന്നുവന്ന മൈനാകങ്ങൾ! ലയൽ പറഞ്ഞതൊക്കെ നേരാണ്. പ്രകൃതിശക്തികളാണ് ഭൂമിയുടെ മുഖച്ഛായ മാറ്റിയത്. അതിപ്പോഴും മാറിക്കൊണ്ടേയിരിക്കുകയാണ്.

ഡാർവിൻ ആൻഡീഡ് മലകൾ കയറി; ചുറ്റുമുള്ളതെല്ലാം കണ്ണു നിറയെക്കണ്ടു-ശിലാരൂപങ്ങൾ, ആഴത്തിലുള്ള താഴ്വരകൾ, കാൽ ച്ചുവട്ടിലെ ചരൽക്കല്ലുകൾ-ഒക്കെയും ഒരിക്കൽ കടലിൽ തപസ്സി രുന്നവയായിരിക്കണം,അഗ്നിപർവ്വതങ്ങൾ വലിച്ചെറിയുന്നതു വരെ. ലോകത്തെ ഡാർവിൻ ഒരു ശാസ്ത്രജ്ഞന്റെ കണ്ണിലൂടെ കാണാൻ പഠിക്കുകയായിരുന്നു. അതേസമയം, അദ്ദേഹത്തിലെ പ്രകൃതിസൗന്ദര്യാരാധകനും വെറുതെയിരുന്നില്ല. ആൻഡീഡ് മലകളിൽനിന്നുള്ള കാഴ്ചകൾ ചേതോഹരമാണ്-കടുംനീലപ്പട്ടു പോലുള്ള ആകാശം, പുരാതന ഭഗ്നശിലകൾ, മറ്റു കൊടുമുടികളിൽ വെട്ടിത്തിളങ്ങിനിൽക്കുന്ന ഹിമപാളികൾ-പ്രകൃതി സുന്ദരമാണ്.

കേടുപാടുകൾ തീർന്നപ്പോൾ ബീഗിൾ തെക്കേ അമേരിക്ക വിട്ട് പടിഞ്ഞാറോട്ടേക്ക് പ്രയാണമായി. അടുത്ത ലക്ഷ്യം ഗലാപഗസ്

പറക്കാത്ത നീർക്കാക്ക

ദ്വീപുകളായിരുന്നു. ബീഗിൾ ദ്വീപുകളിലെത്തിയത് 1835- സപ്തംബർ 15നാണ്.

ശാന്തസമുദ്രത്തിലെ ദ്വീപുകളാണ് ഗലാപഗസ്. എക്വഡോറിൽനിന്ന് പടിഞ്ഞാറോട്ടു ഒരറുന്നൂറു നാഴിക ദൂരം പോയാൽ ഈ ദ്വീപുകളിലെത്താം. പത്തൊമ്പതോളം ദ്വീപുകളുണ്ടിവിടെ-പതിമൂന്നു വലുതും, ആറു ചെറുതും. “ഗലാപഗസ്” എന്നാൽ, സ്പാനിഷ് ഭാഷയിൽ, ആമകൾ എന്നർത്ഥം. ഇവിടെയുള്ളതരം ആമകൾ ലോകത്ത് മറ്റെവിടെയും കാണില്ല. ദ്വീപുകളിലെത്തുന്ന സന്ദർശകർ ധാരാളമാണ്. എന്നാൽ, അവർക്കാർക്കും ഡാർവിനെപ്പോലെ ആമകളെ കൂടെകൊണ്ടുപോകാനായില്ല.

ആമകളുടെ ഈ ദ്വീപുകൾ ഡാർവിന്റെ ജീവിതത്തിലെ വഴിത്തിരിവായി. അവിടത്തെ അഗ്നിപർവ്വതങ്ങളും, ലാവാപ്രദേശങ്ങളും, അത്ഭുതജീവികളും ഡാർവിന്റെ കണ്ണു തള്ളിച്ചു. ഗലാപഗസിൽ

ആളുകൾ വളരെക്കുറവാണ്. പക്ഷേ, അതുവഴി തിമിംഗലങ്ങളെ വേട്ടയാടാനും മീൻ പിടിക്കാനും കപ്പലുകൾ വരുമായിരുന്നു. നാവികർക്ക് ഗലാപഗസിലെ ആമകളെ തിന്നാൻ ഏറെ ഇഷ്ടമായിരുന്നു. കപ്പലിൽ പിടിച്ചിട്ടാൽ അവ അവിടെ എത്രമാസം വേണമെങ്കിലും ജീവനോടെ കിടക്കും. ആവശ്യമുള്ളപ്പോൾ എടുത്ത് പാചകം ചെയ്താൽ മതി. മറ്റേതോ ഗ്രഹത്തിൽ നിന്ന് വിരുന്നുവന്നവരാണ് ഈ ആമകളെന്ന് ഡാർവിന് തോന്നിപ്പോയി. ചില ആണാമകൾക്ക് 225 കിലോയിലധികം തൂക്കം വരും; ആറടിയോളം പൊക്കവും.

ആമകൾ മാത്രമായിരുന്നില്ല ദ്വീപുകളിലെ വിചിത്ര ജീവികൾ. വിചിത്ര തരത്തിലുള്ള ഉടുമ്പുകളെയും (Iguana) ഡാർവിനു കാണാറായി. കടലിൽ നീന്തി അഭിരമിക്കുന്ന ഉടുമ്പുകളെ ഡാർവിൻ ആദ്യമായ് കാണുകയായിരുന്നു. നീന്തി മടുക്കുമ്പോൾ അവ ഇളംചൂടുള്ള പാറകളേറി വിശ്രമിക്കും; വിശക്കുമ്പോൾ കടൽപ്പായലുകൾ തിന്നും. ഉടുമ്പുകൾക്ക് പുറമേ, താൻ പിന്നീട് പ്രശസ്തമാക്കിയ, ഫിഞ്ചുകളെയും ഡാർവിൻ കണ്ടു.

മുപ്പതു ലക്ഷം വർഷങ്ങൾക്ക് മുമ്പ് കടലിൽനിന്ന് പൊങ്ങി വന്നവയാണ് ഗലാപഗസ് ദ്വീപ് സമൂഹം. അന്നാ ദേശത്ത് ജീവനില്ലായിരുന്നു-ക്രുദ്ധമായ് തീതുപ്പിക്കൊണ്ടിരുന്ന ഒരു നഗ്ന ഭൂവിഭാഗം. ലക്ഷക്കണക്കിന് വർഷങ്ങൾ വീണ്ടും കഴിഞ്ഞപ്പോൾ, ചില ഐതിഹാസിക ജന്തുക്കൾക്കത് താവളമായി-ഭീമനാമകൾ, കടലുടുമ്പുകൾ, ഫിഞ്ചുകൾ, പറക്കാനറിയാത്ത നീർക്കാക്കകൾ ...

ലോകത്ത് മറ്റൊരിടത്തും കാണാത്ത ചെടികൾ, പക്ഷികൾ, ജന്തുക്കൾ, പാറകൾ-എല്ലാം ഡാർവിന്റെ നിരീക്ഷണത്തിന് വിധേയമായി. നിരീക്ഷണങ്ങൾ കുറിപ്പുകളായി. കുറിപ്പുകൾ ഡയറിയിലായി. അവ ഡാർവിന്റെ പരിണാമസിദ്ധാന്തത്തിന്റെ അടിസ്ഥാനശിലകളായി.

CHARLES DARWIN

ചോദ്യങ്ങൾ നിരവധി; ഉത്തരം ശൂന്യം.

ഗലാപഗസ് സന്ദർശിച്ചതിനുശേഷം ഫിറ്റ്സ്-റോയിയുടെ നാവികസംഘം റ്റഹീറ്റി (Tahiti) യിലേക്ക് വിട്ടു; അവിടെ നിന്ന് ന്യൂസിലണ്ടിലേക്കും ആസ്ത്രേലിയയിലേക്കും, പിന്നീട്, ഇന്ത്യാമഹാസമുദ്രത്തിലേക്കും. ഇന്ത്യാമഹാസമുദ്രത്തിലെ മൗറീഷ്യസിൽ വച്ച് ഡാർവിന് ഒരു ആനസവാരി തരപ്പെട്ടു. ആദ്യമായാണ് ഡാർവിൻ ഒരാനപ്പുറത്തേറുന്നത്. അത് അദ്ദേഹത്തിന് മറക്കാനാകാത്ത ഒരനുഭവമായിരുന്നു. വലിയൊരു ജന്തുവാണല്ലോ ആന! എന്നാൽ അതിന്റെ നടയോ, വളരെ ശാന്തവും! ഭീമാകാരനായ ഗജരാജന്റെ മന്ദഗതിയിലുള്ള വിരാജിക്കൽ ഡാർവിന് അത്ഭുതമുളവാക്കി.

ബീഗിൾ പിന്നെ ദക്ഷിണാഫ്രിക്കയിലേക്ക് പോയി; ശുഭപ്രതീക്ഷാമുനമ്പും (Cape of Good Hope) ചുറ്റി ഇംഗ്ലണ്ടിലേക്ക് മടങ്ങി. 1836-ഒക്ടോബർ രണ്ടിനാണ് കപ്പൽ തിരിച്ചെത്തിയത്. വീണ്ടും മൂന്നു ദിവസങ്ങൾ കഴിഞ്ഞ് ഡാർവിൻ വീട്ടിലെത്തി. അച്ഛനെ കണ്ടു; സഹോദരീസഹോദരന്മാരെ കണ്ടു. അവരെയൊക്കെ കണ്ടിട്ട് വർഷം അഞ്ചു കഴിഞ്ഞിരുന്നല്ലോ.

സമുദ്രയാനം ഡാർവിനെ വല്ലാതെ മാറ്റിക്കളഞ്ഞിരുന്നു. തനിക്കു പറ്റിയ പണി ശാസ്ത്രജ്ഞനാവുകയാണെന്ന വിശ്വാസം ദൃഢമായിത്തീർന്നിരുന്നു. അദ്ദേഹം അച്ഛനെ തന്റെ തീരുമാനം അറിയിച്ചു. അച്ഛൻ സമ്മതിച്ചു. സമ്മതിക്കാതെ വേറെന്തു നിവർത്തി? തെളിച്ച വഴിയേ പോകാത്തവനെ പോകുന്ന വഴി തെളിക്കുക തന്നെ. മകൻ പാതിരി ആകണമെന്ന ആശ ആ പിതാവ് കുഴിവെട്ടി മൂടി. അതേപ്പറ്റി പിന്നീടദ്ദേഹം മിണ്ടിയതേയില്ല.

സമയമൊട്ടും കളയാതെ, ഡാർവിൻ അന്നത്തെ പ്രസിദ്ധരായ ശാസ്ത്രജ്ഞന്മാരുമായി സമ്പർക്കം പുലർത്തി. കൂട്ടത്തിൽ ഭൂമിപരിണാമത്തിലേക്ക് തന്റെ കണ്ണു തുറപ്പിച്ച ചാൾസ് ലയലിനെയും അദ്ദേഹം കണ്ടു. താമസിയാതെ, അവർ രണ്ടു പേരും ചങ്ങാതികളുമായി.

കപ്പലിൽ സഞ്ചരിക്കേ താനെഴുതിയ കുറിപ്പുകൾ ഒരു പുസ്തകമാക്കാനുള്ള ശ്രമത്തിലായി ഡാർവിൻ. ശേഖരിച്ച സാമഗ്രികളെല്ലാം തരം തിരിച്ചു. അവ പരിശോധിക്കുവാൻ അദ്ദേഹത്തിന് വിദഗ്ദ്ധരുടെ സഹായം വേണം. ശേഖരത്തിൽ കുറേ മ്യൂസിയങ്ങൾക്ക് നൽകി. അവിടെയുള്ളവർ ഫോസിലുകളെല്ലാം അജ്ഞാത ജന്തുക്കളുടേതാണെന്ന് പറഞ്ഞു. ഗലാപഗസിൽ നിന്നു ശേഖരിച്ച ഫിഞ്ചുകളെ അദ്ദേഹം ജോൺ ഗോൾഡിനാണ് കൊടുത്തത്. ഈ കഥയുടെ തുടക്കത്തിൽ ഗോൾഡിനെ നമ്മൾ പരിചയപ്പെട്ടതാണല്ലോ.

ഗോൾഡ് പക്ഷികളെ പരിശോധിച്ചു. അവയുടെ തൂവലുകൾ നിരീക്ഷിച്ചു; കൊക്കുകൾ നോക്കി; എല്ലുകളുടെ നീളമളന്നു; കപ്പലിലെ നാവിക സംഘത്തിന്റെ സഹായത്തോടെ ഓരോ ഫിഞ്ചു പക്ഷിയും ഏതേത് ദ്വീപിൽനിന്ന് ശേഖരിച്ചതാണെന്ന് മനസ്സിലാക്കി. പരിശോധനാനന്തരം ഗോൾഡ് ഡാർവിനെ അമ്പരപ്പിച്ചുകൊണ്ട് ആ കാര്യം പറഞ്ഞു: വ്യത്യസ്ത ദ്വീപുകളിൽ നിന്ന് കിട്ടിയ ഫിഞ്ചുകൾ വ്യത്യസ്ത വംശങ്ങളിൽപ്പെട്ടവയാണ്.

ജോൺ ഗോൾഡ്, ഓണിത്തോളജിസ്റ്റ്

ആ ഫിഞ്ചുകളൊന്നും ഒരേ വംശക്കാരല്ല. ഫിഞ്ചുകളെല്ലാം ഒരേ തറവാട്ടുകാരാണെന്നാണ് ഡാർവിൻ ധരിച്ചിരുന്നത്. ആ ധാരണ തെറ്റാണെന്ന് ഗോൾഡ് തെളിയിച്ചു.

എന്തായിരിക്കാം ഇങ്ങനെ വരാൻ കാരണം? ഡാർവിൻ ആലോചിച്ചു: തെക്കേ അമേരിക്കയിലുള്ള ചില ഫിഞ്ചുകൾ പണ്ടെന്നോ, ഒരു കൊടുങ്കാറ്റിൽപ്പെട്ട്, ഗലാപഗസിലേക്ക് പോയിരിക്കണം. ദ്വീപിലെ എല്ലാ ഫിഞ്ചുകളും, തുടക്കത്തിൽ, ഒരേ വംശത്തിൽപ്പെട്ടവയായിരുന്നിരിക്കണം. പിന്നെ, എങ്ങനെയോ, വ്യത്യസ്ത ദ്വീപുകളിലുള്ള ഈ പക്ഷികൾക്ക് കാലാന്തരത്തിൽ മാറ്റമുണ്ടായതാകണം. അവ വ്യത്യസ്ത വംശങ്ങളായി പരിണമിച്ചിരിക്കണം. പക്ഷേ,എല്ലാ ഫിഞ്ചുകളുടെയും പൂർവ്വികർ ഒന്നായിരിക്കണം.

പക്ഷികൾക്കിങ്ങനെ പരിണമിക്കാമെങ്കിൽ മറ്റു ജന്തുക്കൾക്കും അതുപോലെ പരിണമിക്കാലോ? ഭീമരൂപികളായ ഇത്തിൾപ്പന്നികളുടെ ഫോസിലുകളാണ് ഡാർവിന്റെ ഓർമ്മയിലേക്ക് വന്നത്. താൻ ജീവനോടെ കണ്ട കൊച്ചുകൊച്ചു ഇത്തിൾപ്പന്നികൾ അവയുടെ ബന്ധുക്കളായിരിക്കുമോ? അവയിൽ ചിലതിനെ ഡാർവിൻ തിന്നിട്ടുമുണ്ടായിരുന്നു.

പ്രകൃതിശക്തികളുടെ കാരണത്താൽ ഭൂമിയിൽ പരിണാമപരമ്പര ജാതമാകുന്നത് ഡാർവിൻ നേരിട്ടു കണ്ടതാണ്. ഭൂമി പരിണമിക്കുന്നതുപോലെ ചെടികൾക്കും ജന്തുക്കൾക്കും എന്തുകൊണ്ട് പരിണമിച്ചു കൂടാ? അങ്ങനെ അവ പരിണമിക്കുന്നുണ്ടെങ്കിൽ, ആ പരിണാമത്തിന് പ്രേരകമായ പ്രകൃതിശക്തി ഏതായിരിക്കും? അതെങ്ങനെയാണ് പരിണാമം സാദ്ധ്യമാക്കുന്നത്? ഇതിനെല്ലാം ഒരുത്തരം കിട്ടിയേ പറ്റൂ.

വാലിനു തീപിടിച്ചതുപോലെ, ഡാർവിൻ ഉത്തരങ്ങൾ തേടിയിറങ്ങി. അദ്ദേഹം ഗ്രന്ഥാലയങ്ങൾ സന്ദർശിച്ചു; ലണ്ടനിലെ തെരുവുകളിലൂടെ യാത്രചെയ്യുമ്പോൾപ്പോലും ആലോചനയിൽ മുഴുകി; കുറിപ്പുകളെഴുതി; മൃഗങ്ങളെ പോറ്റുന്നവരെക്കണ്ട് സംസാരിച്ചു; ഉദ്യാനപാലകരെ സന്ദർശിച്ചു. അക്കാലത്ത് "പാരമ്പര്യം" എന്നൊരു പ്രതിഭാസത്തെക്കുറിച്ച് ആർക്കുമൊരു വിവരവുമുണ്ടായിരുന്നില്ല-പാരമ്പര്യം എന്നാൽ തലമുറയിൽനിന്ന് തലമുറയിലേക്ക് രൂപ/സ്വഭാവ ലക്ഷണങ്ങൾ പകരുന്ന രീതി. പാരമ്പര്യമായിരിക്കണം തന്റെ ചോദ്യങ്ങൾക്കുള്ള ഉത്തരമെന്ന് ഡാർവിന് തോന്നി.

ഡാർവിൻ തന്റെ ക്ഷുരകനെ ചെന്നുകണ്ടു. അയാൾ വേട്ടപ്പട്ടികളെ വളർത്തുന്നവനാണ്. അവയെ ഇണചേർത്ത് പട്ടിക്കുഞ്ഞുങ്ങളെ ഉണ്ടാക്കാറുമുണ്ട്. ക്ഷുരകനിൽനിന്ന് വിവരങ്ങൾ ശേഖരിച്ചതുപോലെ, മൃഗശാലകളിലെ ജീവനക്കാരിൽനിന്നും ഡാർവിൻ കാര്യമായ വിവരങ്ങൾ സമാഹരിച്ചു. എന്തിനാണീ

വിവരസമാഹരണം എന്നുമാത്രം അദ്ദേഹം ആരോടും പറഞ്ഞില്ല. രഹസ്യമായി അദ്ദേഹം തന്റെ ശാസ്ത്രപ്രഹേളികയ്ക്കുള്ള പരിഹാരത്തിലേക്ക് നടന്നടുക്കുകയായിരുന്നു.

ഉത്തരം ഉരുത്തിരിയുന്നു

ഉത്തരം തേടിയുള്ള ഓട്ടത്തിനിടയിൽ ഡാർവിന് മറ്റൊരു ലേഖനം ലഭ്യമായി. ലേഖനം എഴുതിയ ആൾ, അത്ഭുതമെന്ന് പറയട്ടെ, ഒരു പാതിരി ആയിരുന്നു. റവറണ്ട് തോമസ് മാൽത്തുസ്. "ജനസംഖ്യയുടെ മൂലകാരണം" എന്നാണ് ലേഖനശീർഷകം.

മാൽത്തുസ് പാതിരിപ്പണി ചെയ്തിരുന്നത് സറേയിലെ ഒരു ചാപ്പലിലായിരുന്നു. പകൽനേരം അദ്ദേഹം പള്ളിയിലെ വികാരിയച്ചനെ സഹായിക്കും. രാത്രി, രഹസ്യമായ്, ധനശാസ്ത്രത്തിൽ ഗവേഷണം ചെയ്യും. ജനസമൂഹങ്ങളും അവ വളരുന്ന രീതിയുമാണ് മൂപ്പരുടെ ഇഷ്ടവിഷയം. 1798-ലാണ് മേൽപ്പറഞ്ഞ ലേഖനം അദ്ദേഹം പ്രസിദ്ധീകരിച്ചത്. പാതിരിയായതുകൊണ്ട് സ്വന്തം പേരിലല്ല; തൂലികാനാമത്തിലാണ് ലേഖനം പുറത്തുവന്നത്.

ഒരു ജനസമൂഹത്തിന് തിന്നാനും കുടിക്കാനുമുള്ള വിഭവങ്ങൾ പരിമിതമാണെന്ന് അദ്ദേഹം തന്റെ ലേഖനത്തിലൂടെ വാദിച്ചു. അദ്ദേഹത്തിന്റെ വാദപ്രകാരം, ആളുകളുടെ എണ്ണം പെരുകുന്നതോടെ ആഹാരവിഭവങ്ങൾ തീർന്നുപോകാൻ തുടങ്ങും; അതോടെ, ആളുകൾ ആഹാരത്തിനുള്ള കടിപിടിയിലാകും. ആളുകളുടെ എണ്ണം പെരുകുമ്പോൾ വിഭവങ്ങളുടെ ദൗർലഭ്യം ആ പെരുപ്പത്തിനൊരു തടയിടും. വിഭവക്ഷാമത്തിനു പിന്നാലെ മഹാമാരികളും മറ്റു ദുരന്തങ്ങളും കൂട്ടമായെത്തും. ആയിരമോ,

തോമസ് റോബർട്ട് മാൽത്തൂസ്

പതിനായിരമോ ആളുകൾ അങ്ങനെ ചത്തൊടുങ്ങും. ആളെണ്ണം വിഭവങ്ങളുമായി വീണ്ടും പൊരുത്തപ്പെടും. ഇത് പ്രകൃതിയുടെ ഒരു വികൃതിയാണ്. "പ്രകൃതിനിർദ്ധാരണം" എന്നാണ് ഈ വികൃതിക്കു പേര്. ഈ നിർദ്ധാരണത്തിൽനിന്ന് രക്ഷപ്പെടുന്നവർ വീണ്ടും പെരുകും... അടുത്ത ക്ഷാമകാലം വരുംവരെ.

മാൽത്തൂസിന്റെ ലേഖനം ഡാർവിന്റെ ചിന്തയെ ഉദ്ദീപിപ്പിച്ചു. ജീവികളിൽ മാറ്റമുണ്ടാകുന്നതെങ്ങനെയെന്ന് വിശദീകരിക്കാനുള്ള ഒരു സിദ്ധാന്തം അദ്ദേഹത്തിന്റെ മനസ്സിൽ ഉരുത്തിരിഞ്ഞു: പെറ്റു പെരുകുന്നവയാണ് ജീവികളെല്ലാം. ഉദാഹരണത്തിന്, പക്ഷികൾ. എത്ര കുഞ്ഞുങ്ങളെയാണ് അവ പെറ്റുകൂട്ടുന്നത്! പക്ഷേ, ഒരിക്കലും അവ ഭൂമിയിൽ നിറഞ്ഞു കവിയുന്നില്ല. അവയുടെ എണ്ണത്തിന് ഒരു പരിധിയുണ്ട്. കാരണമെന്താ? അവയ്ക്കെല്ലാം ആവശ്യമായ ആഹാരമോ വാസസ്ഥലമോ ഇല്ലെന്നതു തന്നെ. ചില പക്ഷികളൊക്കെ സന്തതികളുണ്ടാകുന്നതിനുമുമ്പേ ചത്തുപോകുന്നു. ബാക്കിയുള്ളവ കൂടുതൽക്കാലം നിലനിൽക്കുന്നു. ആ പക്ഷികൾ

അതിജീവിക്കാനും (രോഗങ്ങളെയും കിടമത്സരങ്ങളെയും ചെറുത്ത് കൂടുതൽക്കാലം ജീവിക്കാൻ) സ്വന്തമായ് കഞ്ഞുങ്ങളെ പെറ്റുകൂട്ടാനുമുള്ള ആരോഗ്യമുള്ളവയാണ്. ക്ഷാമകാലം പോലുള്ള ദുരന്തങ്ങൾ ഉണ്ടാകുമ്പോൾ, അത്തരം ചുറ്റുപാടുകളുമായി കൂടുതൽ മെച്ചപ്പെട്ട രീതിയിൽ ഇണങ്ങുന്ന ഇവയെ പ്രകൃതി ജീവിക്കാൻ തെരഞ്ഞെടുക്കുന്നു-പ്രകൃതി അവയെ "നിർദ്ധാരണം" ചെയ്യുന്നു. ഹെർബർട്ട് സ്പെൻസറുടെ വാക്കുകൾ കടമെടുത്ത്, ഡാർവിൻ ഈ പ്രക്രിയയെ "അത്യർഹമായതിന്റെ അതിജീവനം" (Survival of the Fittest) എന്ന് വിളിച്ചു.

മറ്റൊരു കാര്യം കൂടി ഡാർവിൻ മനസ്സിലാക്കി. ഓരോ വംശത്തിലെയും ജന്തുക്കൾക്ക് പലപല കൊച്ചുകൊച്ചു വ്യത്യാസങ്ങളുണ്ട്. വൈജാത്യങ്ങൾ. ഗലാപഗസിലെ ഫിഞ്ചുകളെ നോക്കൂ. തുടക്കത്തിൽ, ആദിയിൽ, ഒരേയൊരു ഫിഞ്ച് വംശം മാത്രമേ ഉണ്ടായിരിക്കാനിടയുള്ളൂ. അപ്പോഴും, എല്ലാ ഫിഞ്ചുകളും ഒരുപോലുള്ളവ ആയിരുന്നിരിക്കില്ല. ചിലതിന്റെ കൊക്കുകൾ അൽപ്പം തടിച്ചതായിരുന്നിരിക്കണം. കട്ടികൂടിയ കുരുക്കളുള്ള ഒരു ദ്വീപിൽ ഇത്തരം ഫിഞ്ചുകൾക്ക് അവ കൊത്തിത്തിന്നുക അനായാസമാണ്. നീണ്ടു മെലിഞ്ഞ കൊക്കുകളുള്ള ഫിഞ്ചുകൾക്ക് അതു പറ്റില്ല. അവ,അതിനാൽ, ആ ദ്വീപിൽ, മറ്റുള്ളവയെപ്പോലെ, അധികകാലം വാണില്ല. കുറുകിത്തടിച്ച കൊക്കുകളുള്ള, ആഹാരം കൂടുതൽ കഴിക്കാൻ പറ്റുന്ന, ഫിഞ്ചുകൾ കുറേക്കാലം ജീവിച്ചു; അവയ്ക്ക് കുഞ്ഞുങ്ങൾ ഉണ്ടായി. ആ കുഞ്ഞുങ്ങൾ ഫിഞ്ചുകളുടെ അടുത്ത തലമുറയായി. അടുത്ത തലമുറയിലെ ഫിഞ്ചുകൾക്ക് പാരമ്പര്യമായി തടിയൻ കൊക്കുകൾ കിട്ടിയാൽ അവയും അധികകാലം ജീവിക്കും. അതിജീവനത്തിന് സഹായിക്കുന്ന ഈ സവിശേഷത (തടിച്ച കൊക്ക്) തലമുറകളിലേക്ക് പകർന്നു കിട്ടുന്നു. ചുരുക്കത്തിൽ, ഫിഞ്ചുകൾ പരിതസ്ഥിതിയുമായി ഇണങ്ങിച്ചേരുകയാണ്. കാലം കഴിയുമ്പോൾ, ഈ ഫിഞ്ചുകൂട്ടം മറ്റൊരു വംശമായ് മാറുന്നു.

ഫിഞ്ചുകളെപ്പോലെ, എല്ലാ ജീവികളും അതിജീവനത്തിനുള്ള സംഘർഷത്തിലാണെന്ന് ഡാർവിൻ മനസ്സിലാക്കി. ഈ

സംഘർഷം ജീവികളെ മാറാൻ പ്രേരിപ്പിക്കുന്നു. ചെടികളും പക്ഷികളും മൃഗങ്ങളും ബാക്ടീരിയപോലും ഈ സംഘർഷത്തിലാണ്; സംഘർഷം അവയെ മാറാൻ പ്രേരിപ്പിക്കുകയാണ്; മാറ്റം അവയെ അതിജീവിക്കാൻ സഹായിക്കുകയാണ്. ഈ പ്രകൃതിശക്തിയെ ഡാർവിൻ, നേരത്തെ പറഞ്ഞതുപോലെ, "പ്രകൃതിനിർദ്ധാരണം"(Natural Selection) എന്നു വിളിച്ചു.

ജീവികളുടെ പരിണാമം എങ്ങനെ സംഭവിക്കുന്നുവെന്നതിന് ഡാർവിന്, ഇപ്പോൾ, ഒരേകദേശ രൂപം കിട്ടി. സുപ്രധാനമായൊരു കാര്യമാണ് അദ്ദേഹം കണ്ടെത്തിയത്. എങ്കിലും, ലോകത്തോട് തന്റെ ചിന്തകൾ വിളിച്ചുപറയാൻ അപ്പോഴും അദ്ദേഹം തയ്യാറായില്ല.

രഹസ്യലേഖനം

ഡാർവിന്റെ സമയം മുഴുവൻ ഗവേഷണം അപഹരിച്ചു. എങ്കിലും, ഏകാന്തത അദ്ദേഹത്തെ വേട്ടയാടി. ഏകാന്തത ഇല്ലാതാക്കാൻ ഒരു കൂട്ടുണ്ടായാൽ നന്നായിരിക്കുമെന്ന് അദ്ദേഹത്തിന് തോന്നി. അതുകൊണ്ട്, ഒരു കല്ല്യാണം കഴിച്ചാലോ എന്ന ചിന്ത അദ്ദേഹത്തെ പിടികൂടി. ജീവിതത്തിലൊരു പങ്കാളിയുണ്ടായാൽ ഏത് ഏകാന്തതയും പമ്പകടക്കുമല്ലോ. ഡാർവിനു പരിചയമുള്ള കുറേ പെൺകുട്ടികളുണ്ടായിരുന്നു. അവരിൽവെച്ച് അദ്ദേഹത്തിന് ഏറ്റവും ഇഷ്ടമായത് എമ്മാ വെജ്‌വുഡിനെയാണ്-അമ്മാവൻ ജോസിയാ വെജ്‌വുഡിനെ ഓർമ്മയില്ലേ? ഡാർവിനെ ബീഗിളിൽ ലോകം ചുറ്റാൻ ഡാർവിന്റെ അച്ഛനോട് പറഞ്ഞു സമ്മതിപ്പിച്ച ആ അമ്മാവനെ? അദ്ദേഹത്തിന്റെ മകളാണ് എമ്മ.

ഡാർവിൻ എമ്മയെ കണ്ടു; തന്നെ വിവാഹം കഴിക്കാമോ എന്നു ചോദിച്ചു. എമ്മയ്ക്ക് എതിർപ്പൊന്നുമുണ്ടായിരുന്നില്ല. അവൾ സമ്മതം മൂളി. ഡാർവിന് സന്തോഷമായി. 1839-ജനുവരി 29ന് രണ്ടുപേരും വിവാഹിതരായി. ഡാർവിന് അപ്പോൾ പ്രായം ഏകദേശം മുപ്പതായിരുന്നു.

കല്ല്യാണം കഴിഞ്ഞ അതേ വർഷം ഡാർവിന്റെ ആദ്യപുസ്തകം പ്രസിദ്ധീകൃതമായി - "ഗവേഷണക്കുറിപ്പുകൾ" (The Journal

എമ്മാ ഡാർവിൻ

of Researches). കപ്പലിൽവെച്ചെഴുതിയ ഡയറിക്കുറിപ്പുകളാണ് പുസ്തകത്തിന് ആധാരം. അതേ വർഷം ഡിസംബറിൽ ഡാർവിനൊരു ആൺകുട്ടി പിറന്നു - വില്ല്യം. കുടുംബം വലുതാകാൻ തുടങ്ങി. നഗരത്തിലെ വീടു പോരായെന്ന് ഡാർവിനും എമ്മയ്ക്കും തോന്നി. നാട്ടുമ്പുറത്തേക്ക് പോകാൻ അവർ തീരുമാനിച്ചു. കാറ്റും വെളിച്ചവും നാട്ടുമ്പുറത്ത് കൂടുതൽ കിട്ടുമല്ലോ. ഗ്രാമത്തിലേക്ക് പോരാൻ വേറൊരു കാരണം കൂടിയുണ്ടയായിരുന്നു. ഡാർവിന് ഇടക്കിടെ വല്ലാത്ത വയറുവേദന അനുഭവപ്പെട്ടുന്നുണ്ടായിരുന്നു. ശബ്ദമാലിന്യവും അന്തരീക്ഷമാലിന്യവുമുള്ള പട്ടണത്തിൽനിന്ന് മാറിത്താമസിച്ചാൽ, ഒരു പക്ഷേ, രോഗം ഭേദമായേക്കാം. അങ്ങനെയാണ് അവരുടെ ചിന്ത പോയത്. ഏതായാലും, അവർ ലണ്ടൻ വിട്ടു. ലണ്ടനിൽനിന്ന് പതിനാറു നാഴിക ദൂരത്തുള്ള ഒരു ഗ്രാമത്തിലേക്ക് താമസം മാറ്റി. "ഡോൺ" (Downe) എന്നാണ് ആ ഗ്രാമത്തിന്റെ പേര്. ഡാർവിൻ ദമ്പതികൾ തങ്ങളുടെ വീടിന് "ഡൗൺ വീട്" (Down House) എന്ന് പേരിട്ടു.

നാട്ടിൻപുറം ഡാർവിന്, ഇന്നത്തെ തലമുറയുടെ ഭാഷയിൽപറഞ്ഞാൽ, "കിടു"വായാണ് അനുഭവപ്പെട്ടത്.

ഡൗൺ വീട്ടിലെ ഡാർവിന്റെ പഠനമുറി

കുട്ടിക്കാലത്തെപ്പോലെ, അദ്ദേഹത്തിന് കാട്ടിലും മേട്ടിലും അലഞ്ഞുനടന്ന് അന്വേഷിക്കാനുള്ള അവസരം കിട്ടി. അന്വേഷിച്ചു കണ്ടെത്തിയ വിവരങ്ങൾ അദ്ദേഹം തന്റെ രഹസ്യ നോട്ടുബുക്കുകളിൽ കുറിച്ചിട്ടു. 1842- ആയപ്പോഴേക്കും "പ്രകൃതിനിർദ്ധാരണ"ത്തെക്കുറിച്ചുള്ള തന്റെ ആശയങ്ങൾ അദ്ദേഹം ഒരു ലേഖനമായി വികസിപ്പിച്ചു. തുടക്കത്തിൽ അതിന് മുപ്പത്തിയഞ്ചു പേജ് നീളമുണ്ടായിരുന്നു. വർഷം ഒന്നു കഴിഞ്ഞപ്പോൾ അത് ഇരുനൂറു പേജുകളായി വളർന്നു. ഇക്കാലത്ത് ഡാർവിന് മരണഭയമുള്ളതായിത്തോന്നി. താൻ ഒരറിയിപ്പില്ലാതെ മരിച്ചുപോവുകയാണെങ്കിൽ തന്റെ ലേഖനം പ്രസിദ്ധീകരിക്കാനുള്ള നടപടിയെടുക്കണമെന്ന് അദ്ദേഹം എമ്മയോട് ശട്ടംകെട്ടി. "വംശസിദ്ധാന്തം" (Species Theory) എന്നാണ് ആ ലേഖനത്തിന് അദ്ദേഹമിട്ട പേര്.

സിദ്ധാന്തം രണ്ടു തരത്തിലുണ്ട്: ചിന്ന (micro) സിദ്ധാന്തവും പെരിയ (macro) സിദ്ധാന്തവും. ഇക്കാലത്തുള്ള ഡാർവിന്റെ

സിദ്ധാന്തത്തെ ചിന്നസിദ്ധാന്തമെന്ന് വിളിക്കാം-പരീക്ഷിക്കപ്പെട്ടാനിരിക്കുന്ന ഒരുൾക്കാഴ്ച-പ്രകൃതിനിർദ്ധാരണത്തിലൂടെയുള്ള ജീവപരിണാമത്തെക്കുറിച്ചുള്ള ഡാർവിന്റെ ചിന്തനങ്ങൾ. ഈ ചിന്തകൾ തെളിവുകളുടെ അടിസ്ഥാനത്തിലുള്ളതാണ്. ഫിഞ്ചുകൾ ആ തെളിവുകളിൽപ്പെടും. പക്ഷേ, ഈ ചിന്തകളെ പെരിയസിദ്ധാന്തമെന്ന് വിളിക്കുക വയ്യ. അതിനുമാത്രമുള്ള തെളിവുകൾ അദ്ദേഹത്തിന്റെ കയ്യിലെത്തിയിട്ടുണ്ടായിരുന്നില്ല. ഒരു സിദ്ധാന്തം പെരിയതാകണമെങ്കിൽ ഒരു കാര്യം എങ്ങനെ, എന്തുകൊണ്ട് സംഭവിക്കുന്നുവെന്ന് വിശദീകരിക്കുവാനുള്ള പരികല്പനകളും, നിയമങ്ങളും, തത്ത്വങ്ങളും വേണ്ടതുണ്ട്.

ഈ വേളയിൽ എമ്മയ്ക്ക് ഡാർവിൻ കത്തുകളെഴുതുമായിരുന്നു. തന്റെ ആശയങ്ങൾ വിലപ്പെട്ടതാണെന്ന് അദ്ദേഹത്തിന് തോന്നിയിരുന്നുവെന്ന് ഈ കത്തുകൾ തെളിയിക്കുന്നുണ്ട്. എങ്കിലും, അവ പരസ്യമായ് വെളിപ്പെടുത്താൻ അദ്ദേഹം മടി കാണിച്ചു; രഹസ്യമായ് ആലോചിക്കുകയും എഴുതുകയും പരീക്ഷണങ്ങൾ നടത്തുകയും ചെയ്യുന്ന സ്വഭാവം തുടർന്നുപോന്നു. ഇതിനിടയിൽ അദ്ദേഹം മറ്റു പുസ്തകങ്ങൾ പ്രസിദ്ധീകരിച്ചു; ശാസ്ത്രലേഖനങ്ങളും. ബാർണക്ക്ൾസ് (barnacles) എന്ന കടൽജീവികളെ പഠിച്ചതിലൂടെ പ്രകൃതിനിർദ്ധാരണത്തെക്കുറിച്ച് അദ്ദേഹത്തിന് കൂടുതൽ ഗ്രാഹ്യമുണ്ടാവുകയും ചെയ്തു.

ഇതേ സമയം ഡാർവിന്റെ കുടുംബത്തിലും തിരക്ക് കൂടുകയായിരുന്നു. പറഞ്ഞാൽ, ഇക്കാലത്ത്, വിശ്വസിക്കുമോ എന്നറിയില്ല. ഡാർവിനും എമ്മയ്ക്കും ആകെ പത്തു മക്കളുണ്ടായി. അർഹതയുള്ളവരുടെ അതിജീവനം (Survival of the Fittest) എന്ന ആശയത്തെ ഓർമ്മിപ്പിക്കുമാറ്, അവരിൽ മൂന്നുപേർ കൊച്ചിലേ മരിച്ചു. മൂത്ത പെൺകുട്ടിയായ ആനി (Annie) ആയിരുന്നു ഡാർവിന് ഏറെ പ്രിയപ്പെട്ടവൾ. അവൾ പത്തു വയസ്സായപ്പോഴേ ഡാർവിനെ വിട്ടുപോയി. ഡാർവിന്റെ ദൈവവിശ്വാസം കടലെടുത്തതിന് ഇതുമൊരു കാരണമാണ്.

ആനി മരിച്ച അതേ കൊല്ലമാണ് ഡാർവിൻ വേറൊരു ശാസ്ത്രജ്ഞനെ പരിചയപ്പെടുന്നത് - തോമസ് ഹെൻറി ഹക്സ്ലിയെ.

ഹക്സ്ലി അദ്ദേഹത്തിന്റെ ഉറ്റമിത്രമായി പിന്നീട് മാറി. ഒരു ജീവശാസ്ത്രജ്ഞനായ ഹക്സ്ലി, ക്രമേണ, ഡാർവിന്റെ "ബുൾ ഡോഗ്" (ക്രൂരനായ നായ) എന്നറിയപ്പെട്ടു. ഡാർവിന്റെ ജീവപരിണാമത്തിന് "കട്ടസപ്പോർട്ട്" നൽകിയതിനാലാണ് അദ്ദേഹത്തിന് ഈ പേരു വീണത്. ദൈനസോറുകളാണ് പക്ഷികളുടെ പൂർവ്വികരെന്ന് ഇദ്ദേഹമാണ്, 1868-ൽ, സ്ഥാപിച്ചത്.

ഡാർവിന് വിദ്വാന്മാരായ മറ്റു ചങ്ങാതിമാർ കൂടിയുണ്ടായിരുന്നു. അതിലൊരാളെ നമ്മൾ നേരത്തേ കണ്ടതാണ് - ചാൾസ് ലയൽ. മറ്റൊരാൾ, സർ ജോസഫ് ഡാൾട്ടൺ ഹൂക്കറാണ്, ഒരു സസ്യശാസ്ത്രജ്ഞൻ. ഇവർക്കൊക്കെ ഡാർവിൻ തന്റെ സിദ്ധാന്തത്തെക്കുറിച്ചുള്ള സൂചനകൾ കൊടുക്കുമായിരുന്നു. പക്ഷേ, തന്റെ രഹസ്യലേഖനം പൂർണ്ണമായും അദ്ദേഹം ഇവരെപ്പോലും കാണിച്ചില്ല; പകരം, തന്റെ ആശയങ്ങൾ കൂടുതൽ പ്രബലമാക്കിക്കൊണ്ടിരുന്നു. എഴുതിയെഴുതി വാക്കുകൾ രണ്ടു ലക്ഷത്തിൽ കവിഞ്ഞു.

എന്നാണ് ഡാർവിന് തന്റെ ആശയങ്ങൾ ലോകത്തിനുമുന്നിൽ അവതരിപ്പിക്കാനുള്ള ധൈര്യമുണ്ടാകുക? ലോകം ഇനിയും എത്രനാൾ കാത്തിരിക്കണം?

ഒരേ സിദ്ധാന്തവുമായ് രണ്ടു പേർ

1858-ഡാർവിനെത്തേടി ഒരു കത്ത് വന്നു. പണ്ട്, 1831-ലാണ് ഇതുപോലൊരു കത്ത് ഡാർവിനെത്തേടിയെത്തിയത്. ആ കത്ത് അദ്ദേഹത്തിന്റെ ജീവിതം മാറ്റിമറിച്ചത് നമ്മൾ കണ്ടതാണല്ലോ. പാതിരിയാകാൻ പഠിച്ചവൻ കപ്പലിൽ ലോകം ചുറ്റാനിറങ്ങി, പ്രകൃതിശാസ്ത്രജ്ഞനായി തിരിച്ചു വന്നു. ഇത്തവണ വന്ന കത്തും ഡാർവിന്റെ ജീവിതത്തെ വീണ്ടും മാറ്റിമറിക്കുന്നതായിരുന്നു.

കത്തെഴുതിയത് ആൽഫ്രഡ് റസ്സൽ വാലസ് എന്നൊരാളായിരുന്നു. ഡാർവിനെപ്പോലെ വാലസും പ്രകൃതിയെ പഠിക്കുന്ന ആളായിരുന്നു. പഠിച്ചുപഠിച്ച് അദ്ദേഹവും ഡാർവിനെത്തിച്ചേർന്ന അതേ നിഗമനങ്ങളിലേക്കെത്തിച്ചേർന്നു. വാലസിന്റെ ഭാഷപോലും ഡാർവിന്റേതു പോലെയായിരുന്നു അതിജീവനം, നിർദ്ധാരണം, പരിണാമം.

ഡാർവിനു വാലസ് അയച്ച കത്തിൽ ഉണ്ടായിരുന്നതെന്തെന്ന് അറിഞ്ഞാൽ, ഡാർവിനെപ്പോലെ, നമ്മളും ഞെട്ടും-പ്രകൃതിനിർദ്ധാരണത്തിലൂടെയുള്ള ജീവപരിണാമത്തിന്റെ രൂപരേഖ. തന്റെ രൂപരേഖ പ്രസിദ്ധീകരിക്കാൻ ഡാർവിൻ സഹായിക്കണമെന്ന്

ആൽഫ്രഡ് റസ്സൽ വാലസ്

വാലസ് കത്തിൽ അഭ്യർത്ഥിക്കുകയുണ്ടായി. തന്റേയും, വാലസിന്റേയും സിദ്ധാന്തങ്ങൾ തമ്മിലുള്ള സമാനതകൾ കണ്ട് ഡാർവിൻ പരിഭ്രാന്തനായി. സ്വന്തം സിദ്ധാന്തം രഹസ്യമാക്കി വെച്ചതിൽ ഡാർവിൻ പശ്ചാത്തപിച്ചു. ജീവിതം മുഴുവൻ ഹോമിച്ചത് ഈ സിദ്ധാന്തത്തിലെത്താനായിരുന്നു. വർഷങ്ങൾക്കുമുമ്പേ, താൻ കണ്ടെത്തിയ ആശയങ്ങൾക്ക് ഇനിയിപ്പോൾ മറ്റൊരാൾ അവകാശിയാകും. തനിക്കിനി എന്തു ചെയ്യാനാകും?

ഡാർവിൻ സത്യസന്ധനായിരുന്നു. വാലസ്സിനോടു നീതി കാട്ടാനാണ് അദ്ദേഹം തീരുമാനിച്ചത്. അദ്ദേഹം തന്റെ രഹസ്യ ലേഖനം ചങ്ങാതി ലയലിന് അയച്ചുകൊടുത്തു. മറ്റു സുഹൃത്തുക്കളോടും കാര്യം പറഞ്ഞു. ഒരാപത്തു വരുമ്പോൾ കൂടെനിൽക്കുന്നവരാണല്ലോ ചങ്ങാതിമാർ. ഡാർവിന്റെ ശാസ്ത്രസുഹൃത്തുക്കൾ ഡാർവിന് ഒരു പരിഹാരം നിർദ്ദേശിച്ചു: ഒരു ശാസ്ത്രസമ്മേളനത്തിൽ ഡാർവിനും വാലസും ഒരുമിച്ച് താന്താങ്ങളുടെ ലേഖനങ്ങൾ അവതരിപ്പിക്കണം. കണ്ടുപിടുത്തത്തിനുള്ള അംഗീകാരം രണ്ടുപേർക്കും കിട്ടട്ടെ.

അങ്ങനെ 1858-ജൂലൈ ഒന്നിന് ആ സമ്മേളനം നടന്നു. ജോസഫ് ഹുക്കറാണ് ലേഖനങ്ങൾ വായിച്ചത്. ആദ്യം ഡാർവിന്റെ ലേഖനം; പിന്നാലെ, വാലസിന്റെ പ്രബന്ധം. ഡാർവിൻ ലേഖനമെഴുതിയത് 1844-57 കാലത്താണ്; വാലസ് 1858-ലും. കണ്ടുപിടുത്തം ആദ്യം നടത്തിയത് ഡാർവിനാണെന്നത് വ്യക്തം.

ആൽഫ്രഡ് റസ്സൽ വാലസ് സമ്മേളനത്തിൽ ഉണ്ടായിരുന്നില്ല. അദ്ദേഹം ലോകത്തിന്റെ മറ്റേപ്പാതിയിൽ എവിടെയോ ആയിരുന്നു. ഡാർവിനും സമ്മേളനത്തിൽ സംബന്ധിച്ചില്ല. അദ്ദേഹത്തിന്റെ ഒരു കുട്ടി അല്പദിവസങ്ങൾക്കു മുമ്പ് മരിച്ചുപോയിരുന്നു. മകന്റെ മരണം അദ്ദേഹത്തെ വല്ലാതെ തളർത്തി. മറ്റൊന്നിനും ആ മനസ്സിൽ അപ്പോൾ സ്ഥാനമുണ്ടായിരുന്നില്ല.

പക്ഷേ, തന്റെ ആശയങ്ങളെല്ലാം ഒരു പുസ്തകത്തിലാക്കാൻ കാലമായെന്ന് ഡാർവിൻ തിരിച്ചറിഞ്ഞു. അദ്ദേഹം, താമസിയാതെ, ആ പ്രയത്നത്തിലായി. അന്ന് കമ്പ്യൂട്ടറുകളില്ല; ടൈപ്പ്റൈറ്റർ പോലുമില്ല. മടിയിലൊരു പലകയുംവെച്ച് കസേരയിലിരുന്നാണ് അദ്ദേഹം പുസ്തകമെഴുതിത്തീർത്തത്. പുസ്തകം പൂർത്തിയായപ്പോൾ അദ്ദേഹം ഒരു പ്രസാധകനെ സമീപിച്ചു. ജോൺ മുറേ എന്ന പ്രസാധകനെ.

"ഈ പുസ്തകം ഒരു വിജയമായിരിക്കും എന്നാണ് ഞാൻ അകമഴിഞ്ഞ് പ്രതീക്ഷിക്കുന്നത്; താങ്കൾക്ക് നിരാശപ്പെടേണ്ടിവരില്ല,"

മടിച്ചുമടിച്ചാണ് ഡാർവിൻ ഇത്രയും മുറേയോട് പറഞ്ഞത്.

1859-നവംബർ 24 വ്യാഴാഴ്ചയിലെ മഞ്ഞുകാലപുലരിയിൽ, ചാൾസ് ഡാർവിന്റെ പുസ്തകം ഇംഗ്ലണ്ടിലെ പുസ്തകശാലകളിൽ പ്രത്യക്ഷമായി: "പ്രകൃതിനിർദ്ധാരണം വഴിയുള്ള വംശോല്പത്തിയെപ്പറ്റി" (On the Origin of Species by Natural Selection). വില, പ്രതിയൊന്നിന് 15 ഷില്ലിങ്. അച്ചടിക്കപ്പെട്ടത് ആയിരത്തിയിരുനൂറ്റിയമ്പത് കോപ്പികളായിരുന്നു.

"ഒന്നാം ദിവസം തന്നെ എല്ലാ പ്രതികളും വിറ്റുപോയി," ഞെട്ടിപ്പോയ ഡാർവിൻ കുറിച്ചിട്ടു.

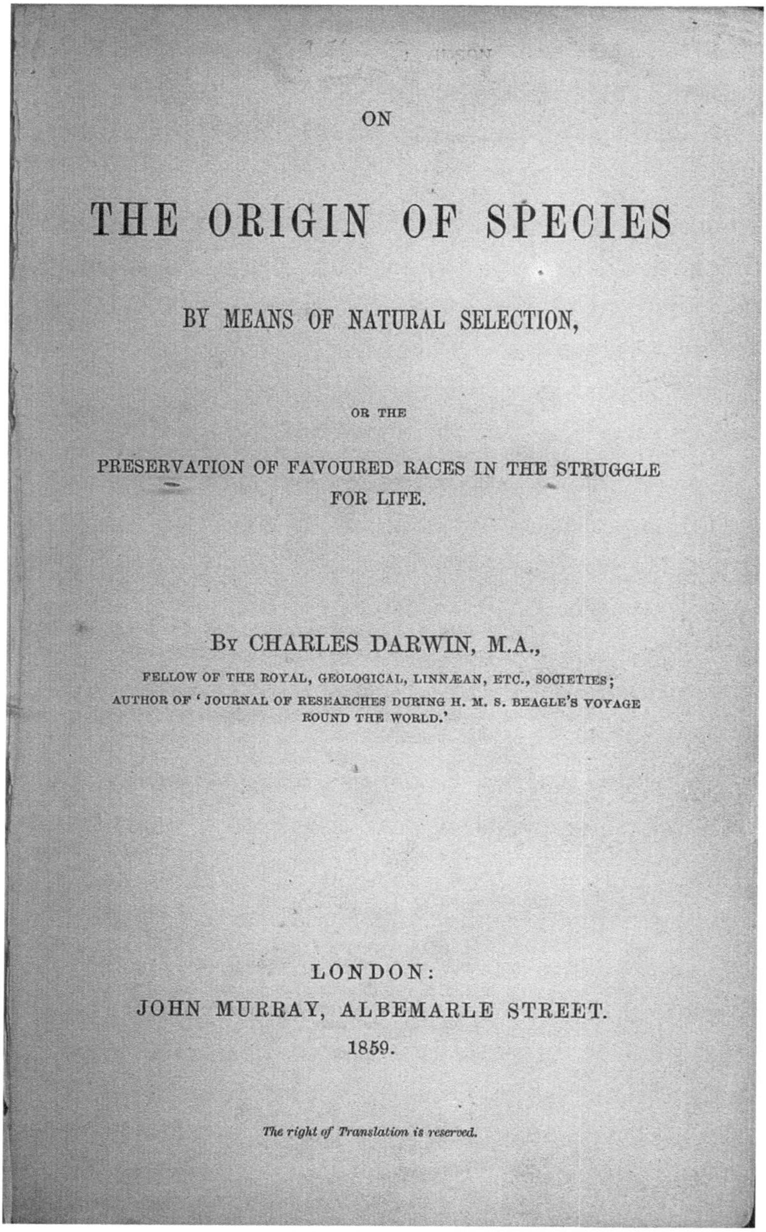

ON

THE ORIGIN OF SPECIES

BY MEANS OF NATURAL SELECTION,

OR THE

PRESERVATION OF FAVOURED RACES IN THE STRUGGLE FOR LIFE.

BY CHARLES DARWIN, M.A.,

FELLOW OF THE ROYAL, GEOLOGICAL, LINNÆAN, ETC., SOCIETIES;
AUTHOR OF 'JOURNAL OF RESEARCHES DURING H. M. S. BEAGLE'S VOYAGE ROUND THE WORLD.'

LONDON:
JOHN MURRAY, ALBEMARLE STREET.
1859.

The right of Translation is reserved.

മുറേ പ്രസിദ്ധീകരിച്ച ഉൽപ്പത്തി പുസ്തകം

പരിണാമദുരന്തം

പ്രകീർത്തനങ്ങളുടെ ഒരു പ്രവാഹമാണ് പിന്നീടുണ്ടായത്:

"മിസ്റ്റർ ഡാർവിൻ പ്രഖ്യാപിച്ച നിഗമനങ്ങൾ, അവ സ്ഥിരീകരിക്കപ്പെടുകയാണെങ്കിൽ, പ്രകൃതിചരിത്രത്തിലെ അടിസ്ഥാന പ്രമാണങ്ങളിൽ പൂർണ്ണമായൊരു വിപ്ലവത്തിനു ഹേതുവാകും," ഒരു നിരൂപകനെഴുതി. "എത്രയോ നീണ്ട കാലത്തിനു ശേഷം പൊതുജനത്തിന് ലഭിച്ച സുപ്രധാനമായ പുസ്തകങ്ങളിലൊന്നാണ് ഡാർവിന്റേതെന്ന് ഞങ്ങൾ സൂചിപ്പിക്കട്ടെ."

കടുത്ത വിമർശനങ്ങൾക്കും കുറവൊന്നുമുണ്ടായിരുന്നില്ല. വിമർശകരിൽ പ്രധാനി ഡാർവിന്റെ പഴയ ചങ്ങതിയായിരുന്നു. റിച്ചാർഡ് ഒവൻ, പാലിയന്റോളജിസ്റ്റ്. മനുഷ്യോല്പത്തിയെപ്പറ്റി ഡാർവിൻ പുസ്തകത്തിൽ അധികമൊന്നും പറഞ്ഞിരുന്നില്ലെങ്കിലും, ഒവന് ഡാർവിന്റെ മനസ്സിലിരിപ്പ് മനസ്സിലാക്കാൻ കഴിഞ്ഞു:

"ഡാർവിൻ പറയുന്നത് ശരിയാണെങ്കിൽ, പരിണാമം വന്ന ആൾക്കുരങ്ങാണ് മനുഷ്യൻ," ഒവൻ പറഞ്ഞു.

ഒവന് അക്കാര്യം ചിന്തിക്കാൻപോലും വയ്യായിരുന്നു. മനുഷ്യൻ കുരങ്ങാനാണെന്നോ? എത്ര ജുഗുപ്സാവഹം!

"വളരെ വിശാലമായ വിടവുകൾ ഡാർവിന്റെ സിദ്ധാന്തത്തിലുണ്ട്. അവ നികത്തേണ്ടതുണ്ട്," ഒവൻ അഭിപ്രായപ്പെട്ടു. വിടവുകളുണ്ടെന്ന് ഡാർവിനും അറിയാമായിരുന്നു. ആ വിടവ്

SCHEL
HEL
CHARLES ROBERT DARWIN
BORN 12 FEBRUARY 1809

പാരമ്പര്യത്തിന്റേതാണെന്നും അദ്ദേഹത്തിന് അറിയാമായിരുന്നു.

പുസ്തകം ഡാർവിനെ പരിക്ഷീണനാക്കിയിരുന്നു. വിശ്രമത്തിനായി അദ്ദേഹം മൂർ പാർക്കിലേക്ക് പോയി. അതൊരു സ്പാ പോലുള്ള സ്ഥലമായിരുന്നു. കാൽസവാരിയൊക്കെ ചെയ്ത് ശരീരം സ്വസ്ഥമാക്കാൻ ഡാർവിൻ ശ്രമിച്ചു. പക്ഷേ, ഈ വിശ്രമകാലത്തും അദ്ദേഹത്തിലെ ശാസ്ത്രജ്ഞൻ വെറുതേയിരുന്നില്ല. ഒരിക്കൽ അദ്ദേഹം വഴിയരികിൽ കുറേ ഉറുമ്പുകളെ കണ്ടപ്പോൾ അവയെ കുത്തിയിരുന്നു നിരീക്ഷിക്കാൻ തുടങ്ങി. ഒരു യാചകൻ അതുവഴി വന്നപ്പോൾ അവനൊരു ഷില്ലിംഗ് കൊടുത്ത് ആ ഉറുമ്പുകളെ നിരീക്ഷിക്കാൻ പറഞ്ഞു. രണ്ടുപേരും റോഡരികിൽ ഉറുമ്പുകളെ സാകൂതം നോക്കിയിരുന്നു. വഴിയേ പോകുന്നവർ രണ്ടുപേരെയും വാപൊളിച്ചു നോക്കി. മാന്യനെപ്പോലെ വസ്ത്രം ധരിച്ച ഒരാൾ ഇതെന്താണ് ചെയ്യുന്നത്? ഉറുമ്പുകൾ വരിവരിയായ് പോകുന്നത് കൊച്ചുകുട്ടികളെപ്പോലെ നോക്കി രസിക്കുകയോ?

പക്ഷേ, ശാസ്ത്രജ്ഞന്മാർ കുട്ടികളെപ്പോലെയാണല്ലോ! കാണുന്നതിലെല്ലാം കുതുഹലരാകുന്നവർ. മരിക്കുംവരെ ജിജ്ഞാസയും വിസ്മയവും കൈവിടാത്തവർ.

പ്രകൃതി, വികൃതിയെങ്കിലും, മനോഹരിയാണ്

"വംശോല്പത്തി" എന്ന പുസ്തകം പ്രസിദ്ധീകരിച്ചതോടെ ഇംഗ്ലണ്ടാകെ ആളിക്കത്തി. എങ്ങും കോലാഹലമായി. ശാസ്ത്രലോകത്തിൽ ഒരു വിപ്ലവമുണ്ടായതായി ഡാർവിൻ മനസ്സിലാക്കി. ശരിയാണ്; അതൊരു വിപ്ലവമായിരുന്നു. അതു തുടങ്ങിവെച്ചതോ, താനാണു താനും.

നേരത്തേ പറഞ്ഞതുപോലെ, പുസ്തകത്തെ അനുകൂലിച്ചവരും പ്രതികൂലിച്ചവരുമുണ്ടായി. വായിച്ചവരൊക്കെ ഏതെങ്കിലും ഒരു പക്ഷത്തായിരുന്നു. നിഷ്പക്ഷരായവർ ആരുമില്ലായിരുന്നു. ചിലർ ഡാർവിന്റെ ആശയങ്ങളെ മാത്രമല്ല, ഡാർവിനെത്തന്നെ ആക്രമിച്ചു. മറ്റു ചിലർക്ക് ഡാർവിന്റെ സിദ്ധാന്തം ശരിയാരിക്കണമെന്ന് തോന്നി - അതുവരെയുള്ള അവരുടെ വിശ്വാസങ്ങളെ അതു കടപുഴക്കിയെറിഞ്ഞെങ്കിലും. തെളിവുകൾ നുണ പറയില്ലല്ലോ.

"എന്റെ പുസ്തകം കുളം കലക്കി," ഡാർവിൻ പ്രതികരിച്ചത് അങ്ങനെയാണ്.

1860- ജൂണിൽ ശാസ്ത്രജ്ഞന്മാർ ഓക്സ്ഫോർഡിൽ ഒരു യോഗം കൂടി. ഡാർവിന് അന്ന് വയറുവേദന കഠിനമായിരുന്നു. അദ്ദേഹം യോഗത്തിൽ സംബന്ധിച്ചില്ല. അത് നന്നായതേയുള്ളൂ. യോഗം

ഡാർവിനെന്ന മരഞ്ചാടി

കലങ്ങി. ചർച്ച വമ്പൻ കലഹമായ് മാറി. "വംശോല്പത്തി"യുടെ പേരിൽ അടിപിടി നടന്നു. എങ്കിലും, കാലക്രമേണ മിക്ക ശാസ്ത്രജ്ഞമാരും ഡാർവിന്റെ പുസ്തകത്തിലെ ആശയങ്ങൾ സ്വീകരിച്ചു.

"വംശോല്പത്തി"യിൽ ഡാർവിൻ മനുഷ്യരെക്കുറിച്ച് അധികം വാചാലനായിരുന്നില്ല. മനുഷ്യപരിണാമത്തെക്കുറിച്ച് സംസാരിക്കാൻ അദ്ദേഹത്തിന് കൂടുതൽ തെളിവുകൾ വേണ്ടിയിരുന്നു. വെറും കഥയല്ലല്ലോ ശാസ്ത്രം. 1869-ൽ ആൽഫ്രഡ് റസ്സൽ വാലസ് ഡാർവിനെ വീണ്ടും സന്ധിച്ചു. അദ്ദേഹം ഡാർവിനോട് പറഞ്ഞു:

“പ്രകൃതിനിർദ്ധാരണം മനുഷ്യരുടെ കാര്യത്തിൽ ബാധകമാണെന്ന് തോന്നുന്നില്ല.”

ഡാർവിന്, പക്ഷേ, എതിരഭിപ്രായമായിരുന്നു. വാലസ് അദ്ദേഹത്തെ പ്രകോപിതനാക്കി. ആ പ്രകോപനത്തിന്റെ ഫലമായി ഡാർവിന്റെ അടുത്ത പുസ്തകം പുറത്തിറങ്ങി. ഇത്തവണ, അത് മനുഷ്യനെക്കുറിച്ചുള്ളതായിരുന്നു. “എന്റെ മനുഷ്യഗ്രന്ഥം” എന്നാണ് ഡാർവിൻ ഈ പുസ്തകത്തെ വിളിച്ചത്. 1871-ലാണ് ഈ പുസ്തകം ലോകം കണ്ടത്. പേര്, “മനുഷ്യാവതാരം”(The Descent of Man). പുസ്തകമെഴുതാൻ ഡാർവിൻ രണ്ടുകൊല്ലമേ എടുത്തുള്ളൂ. പക്ഷേ, ഒരു ആയുഷ്കാല ഗവേഷണത്തിന്റെ ഫലമാണത്. അതെഴുതിത്തീർക്കാൻ ഡാർവിൻ പെട്ട പാട് ചില്ലറയല്ല.

അപ്പോഴും, മിക്ക ആളുകൾക്കും വേദവാക്യമായിരുന്നു പ്രമാണം. ഡാർവിന്റെ ഉൽപ്പത്തിപുസ്തകത്തെക്കാൾ അവർക്കു വിശ്വാസം ബൈബിളിലെ ഉൽപ്പത്തിപുസ്തകത്തിലായിരുന്നു. ആറാം നാളിൽ ദൈവം മണ്ണുകുഴച്ചുണ്ടാക്കിയതാണ് മനുഷ്യനെ. ആദിമനുഷ്യൻ ആദം, ഒരാൺ മനുഷ്യൻ. രണ്ടാമത്, ഹവ്വ, ഒരു പെൺമനുഷ്യൻ. പെണ്ണ് രണ്ടാമതുണ്ടായതുകൊണ്ടാണ് ആണുങ്ങളുടെ ലോകത്തിൽ പെണ്ണിനെന്നും രണ്ടാം സ്ഥാനം. മാത്രമല്ല, ആദിമനുഷ്യൻ എങ്ങനെയിരുന്നുവോ, അങ്ങനെതന്നെയാണ് ആധുനികമനുഷ്യനും. ഇങ്ങ് പൗരസ്ത്യദേശങ്ങളിലും ഇതുപോലുള്ള കഥകൾ അതുപോലെ വിഴുങ്ങുന്നവരുണ്ട്. ഇവിടുത്തെ ഹിന്ദുക്കൾക്ക്, പക്ഷേ, ദൈവം ഒരാളല്ല. അവർക്ക് ദൈവങ്ങൾ മൂന്നാണ്. ഒന്നാമൻ ബ്രഹ്മാവ് സൃഷ്ടിക്കും; രണ്ടാമൻ വിഷ്ണു സൃഷ്ടിച്ചതിനെയൊക്കെ നന്നായിനോക്കും, പരിപാലിക്കും; മൂന്നാമൻ ശിവൻ സൃഷ്ടിച്ചതിനെയെല്ലാം ഇല്ലാതാക്കും. അതാണവരുടെ കഥ; വിശ്വാസവും.

ഇത്തരം കഥകളിൽ ഡാർവിനുള്ള വിശ്വാസം പോയിക്കഴിഞ്ഞിരുന്നു. മനുഷ്യരും ജന്തുലോകത്തിന്റെ ഭാഗമാണെന്ന് അദ്ദേഹം സമർത്ഥിച്ചു. മറ്റു ജീവിവംശങ്ങളെപ്പോലെതന്നെ മനുഷ്യനും പരിണമിച്ചുണ്ടായവനാണ്.

ആളുകൾക്ക് കോപമുണ്ടാകാൻ ഇതിൽപ്പരമെന്തു വേണം? ഡാർവിനെ കളിയാക്കാൻ കാർട്ടൂണുകൾ ഇറങ്ങി. ഇന്നത്തെ ഭാഷയിൽപ്പറഞ്ഞാൽ "ട്രോളുകൾ" ധാരാളമുണ്ടായി. ചില കാർട്ടൂണുകളിൽ ഡാർവിൻ രോമാവൃതനായ ഒരു കുരങ്ങനായി ചിത്രീകരിക്കപ്പെട്ടു - "ജീവവൃക്ഷ"ത്തിന്റെ ശാഖകളിൽ തൂങ്ങി യാടുന്ന മരഞ്ചാടി. അതു പിന്നീടൊരു മീം (meme) ആയി മാറി; പരിണാമത്തെക്കുറിച്ചുള്ള ഒരു പ്രതീകമായും.

കൊല്ലങ്ങൾ കടന്നുപോയപ്പോൾ, ഡാർവിന്റെ ആരോഗ്യനില വഷളായി. പക്ഷേ, മൂപ്പർ ഗവേഷണം കയ്യൊഴിഞ്ഞില്ല. അദ്ദേഹം ഓർക്കിഡുകളിൽ ശ്രദ്ധ ചെലുത്തി; പ്രാണികളെ തിന്നുന്ന ചെടികളെ പഠിച്ചു; ഇതിനിടയിൽ, പേരമക്കൾക്കു വേണ്ടി ആത്മ കഥയുമെഴുതി. അപ്പോഴേക്കും, അദ്ദേഹം സുപ്രശസ്തനായിത്തീർ ന്നിരുന്നു. ആളുകളുടെ കത്തുകൾ തുടരെത്തുടരെ അദ്ദേഹത്തെ തേടിവന്നു. അങ്ങോട്ടുമിങ്ങോട്ടുമായി പതിനാലായിരത്തിലധികം കത്തുകളാണ് നിലവിലുള്ളത്.

ഡാർവിന്റെ അന്ത്യകാലത്തും കുടുംബം കൂടെയുണ്ടായിരുന്നു. അദ്ദേഹത്തിന്റെ അവസാന പുസ്തകം 1881-ലാണ് പ്രകാശം കണ്ടത്. ആ പുസ്തകത്തിന്റെ വിഷയം കേട്ടാൽ നമുക്ക്, ചിലപ്പോൾ, ചിരിവന്നേക്കും: മണ്ണിരകൾ! നമ്മെപ്പോലെ പലർക്കും ഈ പുസ്ത കത്തെപ്പറ്റി കേട്ടപ്പോൾ പുരികം ചുളിയുകയുണ്ടായി. എല്ലാ ജീവ ജാലങ്ങളുടെയും ഉത്ഭവത്തെക്കുറിച്ച് പുസ്തകമെഴുതിയ ആളിതാ നിസ്സാരരായ മണ്ണിരകളെക്കുറിച്ച് എഴുതിയിരിക്കുന്നു! പക്ഷേ, അതാണ് ഡാർവിൻ. ശരിക്കുമൊരു ശാസ്ത്രജ്ഞൻ. അദ്ദേഹത്തിന് ഒന്നും നിസ്സാരമായിരുന്നില്ല. എന്തുമേതും അദ്ദേഹത്തിന്റെ നിരീ ക്ഷണത്തിൽപ്പെടും; എന്തിനെയുമേതിനെയും ചോദ്യം ചെയ്യും; അതുവഴി, ഉത്തരങ്ങളിലേക്കെത്തും. ജിജ്ഞാസാഭരിതനായ ആ മനുഷ്യൻ ഗവേഷണവും പരീക്ഷണവും ഒരിക്കലും ഉപേക്ഷിച്ചില്ല. മണ്ണിരപോലെയുള്ള നിസ്സാരജീവിയിൽപ്പോലും പഠിക്കാൻ പലതു മുണ്ടെന്ന് അദ്ദേഹത്തിന് നല്ല ബോദ്ധ്യമുണ്ടായിരുന്നു

ചാൾസ് റോബർട്ട് ഡാർവിൻ
ഫെബ്രുവരി 12, 1809 - ഏപ്രിൽ 19, 1882

മണ്ണിരപ്പുസ്തകത്തിനുശേഷം ഡാർവിനൊന്ന് തണുത്തു; കാര്യങ്ങൾ മെല്ലെമെല്ലെയായിത്തുടങ്ങി; ആരോഗ്യവും വല്ലാതെ ക്ഷയിച്ചു; താമസിയാതെ മരിക്കുകയും ചെയ്തു. 1882-ഏപ്രിൽ 19നാണ് അദ്ദേഹം അന്തരിച്ചത്. പ്രായം എഴുപത്തിമൂന്ന്. വെസ്റ്റ്മിൻസ്റ്റർ അബിയിലാണ് (Westminster Abbey) അദ്ദേഹത്തെ അടക്കം ചെയ്തത്-ഇംഗ്ലണ്ടിലെ പ്രമുഖവ്യക്തികൾ ഉറങ്ങിക്കിടക്കുന്ന അതേ സ്ഥലത്ത്.

ആധുനിക ജീവശാസ്ത്രത്തിന്റെ ആണിക്കല്ലുകളാണ് ഡാർവിന്റെ ആശയങ്ങൾ. അന്ന് ഡാർവിനെത്ര പ്രാധാന്യമുണ്ടായിരുന്നോ, അത്രയും പ്രാധാന്യം ഇന്നുമുണ്ട്. അന്ന് ഡാർവിന് ഊഹിക്കാൻ മാത്രം കഴിഞ്ഞിരുന്ന കാര്യങ്ങൾ ഇന്നത്തെ ശാസ്ത്രജ്ഞന്മാർ തെളിയിച്ചിട്ടുണ്ട്. അദ്ദേഹത്തിന്റെ ഊഹങ്ങളിൽ ഭൂരിഭാഗവും ശരിയായിരുന്നുവെന്ന കാര്യം ആരേയും വിസ്മയിപ്പിക്കുന്നതാണ്.

ഇന്നത്തെ ശാസ്ത്രജ്ഞന്മാർക്കുള്ള സമർത്ഥമായ ഉപകരണങ്ങൾ ഡാർവിനില്ലാതിരുന്നിട്ടുകൂടി, അദ്ദേഹത്തിന്റെ നിഗമനങ്ങൾ സത്യമായ് വന്നു. (രൂപ/സ്വഭാവ) ലക്ഷണങ്ങൾ തലമുറയിൽനിന്ന് തലമുറയിലേക്ക് പകരുന്നതാണ് (പാരമ്പര്യമാണ്) ജീവപരിണാമത്തിന്റെ രഹസ്യമെന്ന് അദ്ദേഹം മനസ്സിലാക്കി.

അദ്ദേഹത്തിന് അന്നറിയാതിരുന്ന പല കാര്യങ്ങളും ഇന്ന് നമുക്കറിയാം. കോശങ്ങളാണ് ജീവനിർമ്മിതിയുടെ അടിസ്ഥാനശിലകളെന്ന് ഇന്ന് നമുക്കറിയാം; നമ്മുടെ നേത്രനിറം മുതൽ മൂക്കിന്റെ ആകൃതിവരെയുള്ള എല്ലാം നിയന്ത്രിക്കുന്ന സന്ദേശങ്ങൾ വഹിക്കുന്നത് DNA തന്മാത്രകളാണെന്നും നമുക്കറിയാം. ഡാർവിന് ഇതൊന്നും അറിഞ്ഞുകൂടായിരുന്നു. പക്ഷേ, ഈ അറിവിലേക്ക് നമ്മെ എത്തിച്ചത് അദ്ദേഹമാണ്.

പരിണാമപ്രക്രിയ ഇന്നൊരു വസ്തുതയാണ്; ആരംഗീകരിച്ചാലുമില്ലെങ്കിലും. ഡാർവിന്റെ ഉൾക്കാഴ്ച പെരിയസിദ്ധാന്തമായി മാറിയിരിക്കുന്നു-വലിയ Tയോടുകൂടിയ ഒരു Theory. അതേച്ചൊല്ലി ഇന്നും വിവാദങ്ങളുണ്ടെന്നത് ശരി തന്നെ. ചിലർക്കൊക്കെ അതു ദഹിക്കാൻ ഇനിയുമേറെക്കാലമെടുക്കും. നമ്മുടെ നാട്ടിലും വിവരവും വിദ്യാഭ്യാസവുമുള്ളവർ പോലും ഡാർവിനെ അംഗീകരിക്കാൻ കൂട്ടാക്കാത്തത് നമ്മൾ കാണുന്നില്ലേ? ദൗർഭാഗ്യകരമെന്നേ ഈ സ്ഥിതിവിശേഷത്തെക്കുറിച്ച് പറയാനാകൂ. ഡാർവിന്റെ ജിജ്ഞാസയും അന്വേഷണത്വരയും ഈ മനുഷ്യരിലുമുണ്ടാകാൻ നമുക്കു കാത്തിരിക്കാം.

എന്താണ് ഡാർവിനിൽ നാം കാണുന്ന സവിഷേത? പ്രധാന സവിശേഷത, അദ്ദേഹത്തിന്റെ ആഴത്തിലുള്ള പ്രകൃതിസ്നേഹം തന്നെയാണ്. “വംശോല്പത്തി”യുടെ അവസാനഭാഗത്ത് പ്രാകൃതികലോകത്തോടുള്ള അദ്ദേഹത്തിന്റെ അഗാധപ്രേമം തിളങ്ങി നിൽക്കുന്നത് കാണാം. അദ്ദേഹം പറയുകയാണ്:

“പക്ഷികളുടെ പാട്ടുകൾ കേട്ടുകൊണ്ട്, ശലഭങ്ങൾ പറക്കുന്നതുംനോക്കി, ഒരരുവിക്കരയിലൂടെ സവാരി പോകാൻ എന്തൊരു

സുഖമാണ്... ജീവന്റെ അനന്തമായ ഈ സുന്ദരരൂപങ്ങൾ അതിലളിതമായ രൂപങ്ങളിൽനിന്ന് പരിണമിച്ചുണ്ടായതാണ്. ഇതിനേക്കാൾ വിസ്മയകരമായ മറ്റെന്തുണ്ട്?"

അതേ, പ്രകൃതി മനോഹരിയാണ്; വികൃതിയും കുസൃതിയുമാണെങ്കിൽക്കൂടി.

Refernces

1. *The Autobiography of Charles Darwin,* edited by Darwin's grand daughter, Nora Barlow, 1958

2. *Who Was Charles Darwin?* By Deborah Hopkinson, 2005

3. *The Gene;* Siddhartha Mukherjee, 2016